HISTORIA YA KANISA

Historia ya Kanisa

kimeandikwa na
Canon H. J. E. Butcher
na kusahihishwa na
Gavin White

Nairobi
Oxford University Press
Addis Ababa   Dar es Salaam   Lusaka
1967

Oxford University Press, Ely House, London W.1.
GLASGOW NEW YORK TORONTO MELBOURNE WELLINGTON
CAPE TOWN SALISBURY IBADAN NAIROBI LUSAKA ADDIS ABABA
BOMBAY CALCUTTA MADRAS KARACHI LAHORE DACCA
KUALA LUMPUR HONG KONG TOKYO

© Oxford University Press 1967

Made and printed in East Africa

DIBAJI

Marehemu Canon H. J. E. Butcher alifika Kenya kutoka Ulaya mwaka wa 1912, akafanya kazi katika Kanisa la Anglikana huko na huko kabla ya kuwa mwalimu mkuu wa St. Paul's Divinity School, Freretown, mwaka wa 1928. Divinity School ilihamishwa mpaka Limuru katika mwaka wa 1930, lakini Canon Butcher aliendelea na kazi hiyo hata mwaka wa 1937. Siku zile alitunga toleo la kwanza la *Historia ya Kanisa* wakati alipofundisha maarifa hayo. Kutoka mwaka wa 1943 mpaka 1948, Canon Butcher alishughulika na utafsiri mpya wa Biblia ya Kiswahili kwa ajili ya wenyeji wa Kenya na Tanzania pia. Baadaye, toleo la pili la *Historia ya Kanisa* lilipigwa chapa, pamoja na mambo mapya ya kuhusu wakati ule. Canon Butcher alijiuzulu kazini mwaka wa 1953, akafariki dunia mwaka wa 1956.

Toleo hili la tatu limesahihishwa na kuongezeka kidogo tu, lakini mambo mbalimbali yasiyo muhimu kwa watu wa leo yameondolewa. Maneno mbalimbali ya Kivita yamebadilika, pamoja na maneno mengine yasiyojulikana leo. Walakini, afadhali msomaji akumbuke ya kwamba kitabu hiki kimetungwa kwa jumla kwa Kiswahili cha zamani, pia maneno fulani (kwa mfano, "shenzi") yametumiwa kwa maana isiyo sawa na maana yake leo.

G.W.

1

Kanisa la Kikristo lilivyoanza
Mambo yaliyosaidiana kueneza Dini ya Kikristo
Kuenea kwake Dini ya Kikristo katika nchi nyingine-nyingine.

Kanisa la Kikristo Lilivyoanza

HAPO Bwana Yesu aliposulibiwa, ilidhaniwa kwamba dini ya Kikristo hapana budi itakoma mara moja. Yeye Kristo alikuwa hakuwaachia wanafunzi wake chuo cho chote alichokiandika, wala Imani (Creed) yo yote aliyoitengeneza, wala hakuwatengenezea matengenezo ya ibada, wala ada na kawaida zilizoamriwa. Tena, usiku ule aliposalitiwa Yeye 'watu wote walimwacha wakakimbia' (Mt. 26 : 56). Hapana budi wale adui zake walifurahi sana, wakiona kwamba wamekwisha kuyakomesha mambo yake yote. Lakini, wakati wa kufufuka kwake, uhai mpya uliwafikilia wanafunzi wake, na nguvu hizo za ufufuo zililiwezesha tena hilo kundi dogo la wafuasi wake. Kisha, katika siku zile arobaini baada yao kufufuka kwake, hata kupaa kwake, Bwana Yesu aliwafunulia mambo mengi, na katika siku hiyo ya Pentikosto walipewa uwezo wa ajabu. Basi, kundi hilo dogo la watu waliovuviwa na Roho Mtakatifu lilitoka kwenda kuushinda ulimwengu; maana, kuliita lile Kanisa la Kristo litoke, limfuate Yesu Kristo, ili kwamba watu wake wasiwe tena watu wa kutafuta mambo ya dunia (Mat. 15:14; 2 Wakor. 6:17-18).

Mambo yaliyosaidia Kueneza Dini ya Kikristo

Kwanza yafaa kuangalia jinsi ulimwengu ulivyowekwa tayari na Mungu ili kwamba habari za Kristo zipate kuenea kwa upesi, kama ilivyoandikwa, 'hapo utimilifu wa wakati ulipokuja, Mwenyezi Mungu akamtuma Mwanawe' (Wagal. 4 : 4).

(1) *Hali ya Wayahudi.* Utawanyikano wao Wayahudi ulikuwa sababu ya kuongeza nakala za Agano la Kale, na kuzihifadhi. Kisha, kwa sababu ya Siku Kuu zao, za Pasaka na Pentekosto, na Vibanda, walipaswa kwenda Yerusalemu kila mwaka. Hivi walikuwa wamezoea kusafirisafiri njia zote, wakawekwa tayari kuwa watangulizi wa kuipeleka Injili kila mahali. Chini ya ufalme wa

Rumi, Wayahudi walitawanyikana sana katika nchi zote ili kutafuta biashara. Wengi tena walikuwako nchi ya Misri tangu siku za kujengwa kwake mji wa Iskanderia, chini ya Mfalme Iskander wa Uyunani. Kila walikokwenda kukaa wakajenga masinagogi yao. Hivi wakaeneza nuru kwa kutangaza habari za Mungu wa Kweli. Pamoja na hayo, walitangaza pia, na kutaraji sana, kwamba Kristo atakuja kuzitimiliza ahadi za manabii zilizoandikwa katika Agano la Kale. Kisha masinagogi yao ikaweka watu tayari kuisikia Injili ikihubiriwa, kwa maana, hapakuwa na haja tena kuwatafuta watu ili kuwahubiria, kwa kuwa walikuwa wakipatikana siku zote masinagogini.

(2) *Enzi ya Warumi.* Warumi walikuwa wametawala nchi zote zilizozunguka Bahari Kuu, inayoitwa Mediterranean; na neno hilo lilileta mambo haya :

(a) Badala ya wafalme wengi, na desturi mbali mbali za Serkali, kulikuwa na mfalme mmoja mkuu, na Serkali moja iliyokuwa na matengenezo mazuri.

(b) Mambo yaliyokuwa yakimzuilia msafiri akienda toka taifa hata taifa, sasa hayakuwako tena, kwa maana, yaliondolewa na Serkali ya Rumi.

(c) Watu hawakuogopa kufanya biashara, wakipita huku na huku, kwa sababu ilikuwako salama njiani.

(d) Njia kuu zilizo nzuri na kunyoka, zikafanywa kote kote, ili kwamba majeshi ya askari za Rumi yapate kwenda kwa upesi.

(e) Maarifa yakazidi, watu wakizoea sheria na amri za Kirumi.

(3) *Eneo la lugha ya Kiyunani.* Lugha hiyo ya Kiyunani ilipata kujulikana sana ulimwenguni, katika nchi zote za Warumi; nayo ndiyo lugha ya Agano Jipya. Hivi, twaona kwamba Injili ilipata kuenea kwa upesi, pasipo kizuizi. Hata Wayahudi waliokaa Misri walifasiri Agano la Kale, wapate kulisoma kwa lugha ya Kiyunani, lugha ambayo walikuwa wameizoea zaidi, kama 280 B.C. (B.C., maana yake ni "Before Christ"— Mbele ya Kristo).

Kuenea Kwa Dini ya Kikristo katika Nchi Nyingine

Katika Chuo cha Matendo zimeandikwa habari za kazi walizozifanya Mitume wa Bwana Yesu, kwa muda wa miaka thelathini hiyo ya kwanza baada ya kupaa kwake Kristo. Inatupasa kufahamu ya kwamba wale Mitume walikuwa Wayahudi, waliopenda sana mapokea na kuyaheshimu, yaani, ni habari za kabila lao na za wazee wao, waliyopokezana tangu zamani. Na tufahamu tena ya kwamba hao Mitume hawakuwa na tofauti sana na Wayahudi wenziwao, isipokuwa katika neno moja, nalo ni hili, la wao kuamini kwamba Bwana Yesu ndiye Kristo, yeye huyo aliyetabiriwa, ambaye kwamba hao wengine walikuwa wakimtaraji kuwa atakuja baadaye : Mitume walijua kwamba alikuwa amekwisha kuja. Kwa muda, hao Mitume wa Bwana waliendelea kuabudu katika Hekalu la Yerusalemu, vile vile kama walivyozoea kuabudu tangu zamani, wakizifuata kawaida desturi za Sheria ya Kiyahudi (Matendo 2 : 46; 3 : 1; 10 : 28; 18 : 18; 20 : 6, 16; 21 : 20, 26; na kadhalika). Hasa hao wafuasi wa Kristo walikuwa kama dhehebu la Kiyahudi tu, na tamaa yao ilikuwa kuigeuza nia ya watu wa nchi yao hata wamkubali Kristo, na kumwamini Yeye kama walivyomwamini wao wenyewe. Na katika kufanya hivyo walidhani kwamba walikuwa wakifuata kielelezo cha Kristo mwenyewe, kwa sababu Yeye Kristo mwenyewe kazi yake ilikuwa kati ya hao Wayahudi zaidi ya watu wengine. Kwa sababu hiyo, hapo kwanza hao wanafunzi hawakuona ya kwamba hiyo dini ya Kristo, kwa vile jinsi yake na tabia yake zilivyokuwa, haina budi kuwa ni ya watu wa taifa zote, si ya Wayahudi tu. Lakini, mwisho wa hiyo miaka thelathini, ambayo kwamba habari zake zimeandikwa katika Chuo cha Matendo, hilo Kanisa la Kristo lilikuwa, kwa wingi wake, kanisa la Uzunguni (Europe). Kisha, jamii za Wakristo, kwa wingi wao, walikuwa watu wa Mataifa (Gentiles), watu waliomkubali Mungu wa Wayahudi, na huyo Kristo wa Wayahudi, lakini hawakukubali hiyo Sheria ya Kiyahudi, wala kawaida za tohara. Hao Wayahudi wachache walioikubali dini ya Kristo waliona ya kwamba Sheria ya Kiyahudi haikuwalazimu kwa wokovu, lakini watu wa kabila ya Wayahudi kwa wingi wao walikuwa wameikataa kabisa dini hiyo.

(a) Katika mji wa Yerusalemu

Tulisoma hapo juu ya kwamba hao Mitume hapo kwanza walijitia kwa bidii katika kuiheshimu sana sheria ya Kiyahudi, na kawaida zote za ibada ya Hekaluni (Mat. 3 : 1, 25). Jambo hilo, ijapokuwa hawakufanya kusudi, lilipata kuwalinda sana wasiudhiwe. Adui zao wa kwanza ni watu hao walioitwa Masadukayo, ambao kwamba hawakukubali mafunzo ya ufufuo; maana hawakusadiki kwamba Wanadamu watafufuka baada ya kufa, basi wakakasirika waliposikia habari za Yesu Kristo kuhubiriwa kwamba amefufuka. Hao Masadukayo ndio walioanza kuwaudhi wanafunzi wa Kristo. Twasoma katika Chuo cha Matendo habari za mateso ya kwanza (Mat. 4 : 2-22), na ya pili (Mat. 5 : 17-40) yaliyotokea. Hasa ni hao Masadukayo waliojaribu kuwaleta Mitume katika hukumu ya kuuawa kwa hiyo Baraza Kuu ya Wayahudi; iliyoitwa 'Sanhedrin'. Kwa hivyo twaona kwamba Mafarisayo hawakupatana sana na Masadukayo katika kuwaudhi Mitume hapo kwanza.

(b) Nje ya mji wa Yerusalemu

Katika Siku Kuu ya Pentekosto walikuwako watu walioitwa 'Waparithi, na Wamedi, na Waelamiti', wakadhalika (Mat. 2 : 9). Hao wote walikuwa Wayahudi hasa, ijapokuwa ni watu wa kabila mbali-mbali. Walikuwa ni watauwa wa kila taifa chini ya mbingu (taz. Deut. 16 : 16). Watu hao waliitwa 'Wayahudi wa Magawanyikano', au 'Utawanyikano'. Asili yake hayo Magawanyikano ni hivi : Wengine walikuwa ni Wayahudi waliosalia katika nchi ya Babeli wakati wa kurejea kwao hao Wayahudi kutoka utumwani, maana, ni wao walioona kwa hiari yao ya kwamba ni afadhali kwendelea kukaa huko Babeli kuliko kupata mashaka na taabu kwa kusafiri pamoja na Zerubabeli ili kujenga tena mji wao wa Yerusalemu (Ezra 2 : 1). Wengine walikuwa ni Wayahudi waliokuwa wamekwenda kukaa pande za magharibi wakati huyo Mfalme Iskander Mkuu alipoujenga huo mji wa Iskanderia, hapo penye mlango wa kutokea mto wa Nili. Wengine, tena, walikuwa ni Wayahudi wa biashara au wenye kukopesha fedha, wakadhalika, waliotawanyikana na kufanikiwa. Hasa Wayahudi hao wa Utawanyikano walikuwa ni wengi zaidi hesabu yao, kisha walikuwa wenye mali zaidi, kuliko Wayahudi walioendelea kukaa katika nchi ya Palestine. Watu hao wa Utawanyikano waliitwa kwa jina jingine, yaani, 'Wayahudi wa Kiyunani' (Yoh. 7 :35; Mat. 6 : 1). Basi, katika watu hao wengi waliongoka siku ya Pentekosto, wakashikamana na Mitume, nao humkini walikaa kwa muda huko Yerusalemu, ili wapate kusikia na kufundishwa zaidi. Baadaye yalianzishwa hayo mambo ya maisha ya ushirika (Mat. 4: 34), ili kwamba mtu apate riziki zake sawasawa na wenziwe. Katika jambo hilo matata yakaingia, na hao Mashemasi saba walichaguliwa na kuwekwa juu ya mambo kama hayo. Wote saba, kama tuonavyo kwa kupeleza asili ya majina yao, walikuwa Wayahudi wa Kiyunani (Mat. 6 : 5).

Pamoja na hayo, hao Wayahudi wa Kiyunani, kwa walivyokuwa na maskani zao mbali huko na huko, hawakupata kufika Yerusalemu siku zote kwa hizo Siku Kuu tatu zilizoamriwa kila mwaka, basi hawakuliheshimu Hekalu sana kama walivyoliheshimu wale waliokaa mumo humo katika mji wa Yerulasemu. Basi, kwa sababu hiyo, mambo ya asili ya dini ya Ukristo yaliyowachukiza Wayahudi waliokuwa wenyeji wa Yerusalemu, yalikubaliwa na hao Wayahudi wa Kiyunani.

Huyo shemasi wa mbele, Stefano, aliyekuwa shujaa, kisha mwenye maneno yaliyokuwa na nguvu, mafunzo yake yakaingia sana mioyoni mwa watu, kuliko maneno ya hao Mitume wenyewe, ya kwamba dini ya Ukristo haipatani na dini ya Kiyahudi (Mat. 6 : 13, 14). Stefano aliuawa kwa kupigwa kwa mawe, akihukumiwa kuwa ni mtu aliyemtukana Yehova (Lev. 24: 16). Yeye ndiye shahidi wa kwanza wa kuuawa kwa dini ya Ukristo. Wakati huo yalitokea mateso makuu mno (Mat. 8 : 1-4), nayo ndiyo mateso ya tatu yaliyotokea Yerusalemu. Katika hayo, Saulo alikuwa mtu wa mbele, na mateso hayo yakawatawanya watu wa Kanisa, wakaenda nchi za Uyahudi na Samaria, bali hao Mitume wenyewe wakasalia ndani ya mji wa Yerusalemu. Yamkini hao Mitume walikuwa hawana hatari ya kuudhiwa, kwa sababu hawakukaza sana, katika kuhubiri kwao, neno hilo la dini ya Ukristo kutopatana na dini ya Kiyahudi (Mat. 8 : 1).

Basi, kwa hivyo Kanisa la Ukristo likatawanyikana, likaenda kuhubiri katika nchi za mbali. Shemasi mmoja, aliyekuwa Myunani, akiitwa jina lake Filipu, alimfundisha na kumwongoa mtu wa Afrika, yule mtu wa Uhabeshi, mtu wa daraja katika nchi yake, aliyefika Yerusalemu ili kuabudu (Mat. 8 : 27). Twaona kwamba huyo alikuwa mwongofu katika dini ya Kiyahudi. Kisha baadaye, baada ya kufa kwake Bwana Yesu yapata kama miaka sita, huyo Saulo mwenye kuwaudhi sana Wakristo, mwenyewe aliongeka naye. Kisha Petro, aliyekuwa na bidii sana kuiandama Sheria ya Kiyahudi, alitumwa akamgeuza nia huyo Korinelio, aliyekuwa mtu wa taifa (Gentile). Habari hizo zilizoandikwa katika Chuo cha Matendo 11 : 19, 20, zaonyesha kwamba Kanisa lilikuwa linaenea huko Kipro (Cyprus), na Antiokia (Antioch), na Kirene (Cyrene). Hao wanafunzi waliitwa 'Wakristo' kwanza huko Antiokia (Mat. 11 : 26); na neno hilo lina maana, kwa sababu laonyesha ya kwamba hao watu waliomwamini Kristo tangu hapo hawakuhesabiwa tena kuwa ni watu wa madhehebu ya Kiyahudi, ila wakaonekana kuwa wafuasi wa dini mpya.

Mambo yaliyotokea Yerusalemu

Kulikuwa na mashindano sana kati ya Wakristo waliokaa Yerusalemu. Kwani? Ikawa hivyo: Wote waliomkubali Bwana Yesu kuwa ni Kristo, wajapokuwa walishikamana katika kujiita Wakristo, lakini hawakuwa na neno jingine la kuwashikamanisha pamoja. Basi wale waliokuwa wamezoea kuiangalia sana Sheria ya Musa hawakuwa na mapatano sawasawa na wale waliomfuata Bwana tangu mwanzo, ambao kwamba walikuwa wameelewa zaidi na mafundisho yake. Hivi watu wengi walikosa kufahamu ya kwamba limeingia Agano Jipya lililotangua vitendo vya ibada vya Agano la Kale, kama tohara, sadaka, na Hekalu, na Siku Kuu zilizoamriwa katika Sheria ya Musa, na ukuhani, wakadhalika. Basi tohara ilikuwa sababu ya matengo, na matata makuu yakaingia kwa ajili ya neno hilo. Hata Mitume na wazee wakafanya mkutano mkuu Yerusalemu, A.D. 51. (A.D., au, Anno Domini; na maana yake ni Kilatini, Baada ya kuzaliwa kwake Bwana Yesu). Mtume Barnaba alitumwa na Kanisa la Yerusalemu aende kuangalia maendeleo ya Kanisa huko Antiokia (Mat. 11 : 22). Huyo Barnaba alikuwa Myahudi wa Kiyunani, kisha ni mtu wa mapenzi makuu; basi alifurahiwa alipoona jinsi lilivyokuwa linaenea Kanisa; lakini baadaye watu wengine, Wakristo waliopenda kushikamana zaidi na mambo ya Kiyahudi, walipeleka nao wajumbe waende Antiokia, nako kulikuwa na mashindano makubwa (Mat. 11 : 22-26; 15 : 1, 2). Ili kuyatengeneza mashindano hayo, walitumwa watu waende Yerusalemu kuuliza kwa hao Mitume wa baraza ya mbele. Mtume Yakobu ndiye aliyekuwa kichwa cha baraza hiyo, na habari hizo zilipoangaliwa wakakubali kwamba waongofu wa mataifa wasiokuwa Wayahudi hawana haja ya kupashwa tohara. Pamoja na hayo waliagiza makanisa ya Shamu (Suriata, au Syria), na Kilikia (Cilicia) kuifuata Sheria ya Musa katika maagizo yake juu ya uasherati, na kuepuka karamu za sanamu wa kishenzi. Kwa ufupi, majibu yao yakawa hivi: Ninyi hamu chini ya Sheria ya Kiyahudi, lakini mmekuwa chini ya neema; maana, ni kama kusema ya kwamba Wakristo hawakulazimishwa kuishika Sheria ya Kiyahudi, ila walilazimishwa sheria za mapenzi na usafi wa moyo; kisha inawapasa kujitenga na mambo na vitendo vilivyowachukiza Wakristo wenziwao, kama asemavyo Mtume Paulo (Warumi 14 : 13-23).

Pamoja na hayo yote, wazee wengi hawakupenda kuiacha Sheria ya Kiyahudi hivi, na matata yakaendelea vivyo-hivyo, basi Paulo alizidi kuwakemea hao waliorudi kuyatamani mambo ya Sheria, kama tusomavyo katika Waraka wake kwa Wagalatia, wakadhalika. Wayahudi wengine wakaendelea kumsumbua sana Mtume Paulo, hata kumfuata mahali pengine-pengine, na kutia matata na tashwishi katika nia za wanafunzi wake. Hao walisema ya kwamba wawafuata Petro na Yakobo, na kwamba mitume hao ndio wakuu kuliko Paulo. Wengine walisubutu hata kunena ya kwamba Paulo si mtume, na ya kwamba hakuelewa sawasawa na mambo halisi ya Kikristo.

2

Kuanguka kwake mji wa Yerusalemu Zamani za Mitume wa Bwana

Kuanguka Kwake Mji wa Yerusalemu

MWAKA A.D. 70 ndio mwaka wa kuzungukwa kwake mji wa Yerusalemu na askari za Rumi, na kuvunjwa kwake huo mji na Hekalu. Baada ya kuzungukwa kwake kulikuwa na mashaka mengi mno, na maumivu mazito, yaliyowapata Wayahudi waliokuwamo ndani ya mji. Wakati wa kuzungukwa kwake, mji ulikuwa umejaa tele watu wageni waliokuwa wamekuja kwa ajili ya Siku Kuu ya Pasaka; basi hao, na wenyeji waliokaa Yerusalemu waliudhiwa kabisa kabisa katika kuulinda mji. Kwa walivyozunguka mji hao askari za Rumi, vyakula vyote vilizuiliwa visifike mjini; kisha Warumi waliharibu mfereji wa maji, yasifike mjini; basi wenyeji waliumia sana sana kwa njaa na kiu. Njaa ikazidi hata watu wakala punda, na mbwa, na paka na panya. Watu wakafa maelfu-elfu kwa njaa na kiu na kwa ugonjwa. Imesemwa kwamba wanawake wengine waliwachinja watoto wachanga wao, wakawala. Baada ya miezi kadhawakadha askari za Rumi waliushika mji, wakalibomoa Hekalu, wakaliteketeza kwa moto. Kisha wakawaua Wayahudi pasipo kuhurumia mtu awaye yote. Wakawachinjia kwa panga, mume kwa mke, wazee kwa watoto. Njia za mji zikawa kama mito ya damu. Mji ulibomolewa kabisa, kisha uliteketezwa kwa moto. Wayahudi wengi waliteketezwa katika moto huo; kisha wengi waliojaribu kukimbia walikamatwa wakauzwa wawe watumwa. Wakristo, lakini, waliokoka, kwa sababu walikumbuka maonyo ya Bwana Yesu aliyowaonya katika Mathayo 24 : 15-21, nao walikimbilia Pella, nao ni mji uliokuwa mbali na mji wa Yerusalemu, yapata kama maili hamsini. Vita vilipokwisha, hao wakarudi Yerusalemu, wakakuta Hekalu la Yehova kuwa limebomolewa. Kwa sababu hiyo haikuwezekana tena kuishika Sheria ya Musa kwa kuzifanya sadaka za Hekaluni, wala kuzishika Siku Kuu zao za zamani. Basi wakaanza kuuliza kwamba ni kweli, kuwa Sheria ya Musa ishikwe daima. Wakaona sana ya kwamba hayo mambo ya dini ya Kiyahudi, ambayo kwamba walikuwa wameyatumaini hapo kwanza, sasa yametimilizwa katika Kristo, nayo hayawezekani kushikwa tena. Imetupasa kulifikiri neno hili, la kuanguka kwake huo mji wa Yerusalemu, jinsi lilivyofaa Kanisa la Kikristo, hivi:

1. Kwa yalivyotimizwa kabisa maneno yake Yesu Kristo, jambo hili likaingia sana mioyoni mwa watu; wengi wakatubu wakaamini.

2. Kwa lilivyovunjwa kabisa Hekalu, nalo halikujengwa tena, yale mambo ya Kiyahudi yaliyokuwa ndiyo uzima wa ile kabila yenyewe yakakoma; na dini hiyo ya Kikristo ilionekana kuwa ni dini ya kuwafaa watu wote wa taifa zote; basi hizo nguvu za Kiyahudi zilizowavuta-vuta Wakristo zilikoma.

3. Twaona ya kwamba hapo kwanza Wakristo walikuwa wakipendelewa na hao Wayahudi (Mat. 5 : 12-16; 13:26), kwa kuwa walidhani kuwa ni madhehebu moja na wao, lakini nia hiyo ya Wayahudi ikabadilika, tangu walipojiponya Wakristo kwenda Pella na kujitenga na desturi za Kiyahudi.

Safari za Mtume Paulo za Kuihubiri Injili

Twasoma katika Chuo cha Matendo jinsi alivyosafiri sana Mtume Paulo, ili kuihubiri Injili, hata akafika nchi za mbali, yeye na wenziwe. Paulo alikaa mji wa Korintho (Corinth) muda wa mwaka mmoja u nusu (Matendo 18 : 11), na katika mji wa Efeso (Ephesus) muda wa miaka miwili (Mat. 19 : 10); kisha alikaa muda katika miji ya Filipi (Philippi) na Thesalonike (Thessalonica), na Athene (Athens), wakadhalika. Ilikuwa desturi yake siku zote kuwahubiri

Wayahudi kwanza katika masinagogi yao, nao walipokataa kumsikiza ndipo akaenda kuwahubiri watu wa mataifa. Lakini Wayahudi walichukiwa sana hapo Paulo alipokaza kunena kwamba kile kiambaza kilichokuwa kati ya Wayahudi na watu wa mataifa kimeondolewa mbali katika Yesu Kristo. Paulo aliudhiwa sana kwa mateso makuu (2 Wakor. 11 : 23-26), naye alipofika Yerusalemu mara ya pili alishtakiwa na Wayahudi mbele ya liwali wa Kirumi, vile-vile kama alivyoshtakiwa Kristo mwenyewe. Felike alikuwa na moyo mnyonge kama huyo Pilato; hakuwa kama Gallio, ambaye alikuwa hana moyo wa kuamua neno lo-lote la dini (Mat. 24 : 25; 18: 14-17). Paulo alifungwa gerezani miaka miwili, kisha baadaye alitaka rufani kwa Kaisari (Caesar), akapelekwa Rumi. Chuo cha Matendo kinakoma katika habari hiyo, lakini wakati huo Paulo alipofika mji wa Rumi Wakristo walikuwa wamekwisha kuenea katika nchi zote za pwani-pwani, upande wa mashariki wa bahari ya Mediterranean: kisha makanisa yalikuwako katika Asia Ndogo pande za ndani, mbali na pwani.

Zamani za Mitume: Tokea A.D. 30 Hata A.D. 96 (au 100)

Paulo. Tunao ushuhuda wa kweli kwamba Paulo aliuawa kwa sababu ya dini ya Kristo, maana, huyo Clement wa Rumi (Klementi; taz. Wafil 4 : 3) aliandika hayo katika karne (century) ya kwanza. Tena waandishi wengine wametueleza hivyo na kulithibitisha neno hilo kuwa ni kweli. Hicho chuo cha Matendo chasema ya kwamba Paulo alifungwa Rumi hatimaye; tena ndivyo kilivyomalizika chuo hicho katika mlango wa mwisho. Lakini nyaraka zake huonyesha kwamba alitumaini kufunguliwa (Fil. 22; Wafil. 1: 25). Huyo Eusebius, askofu wa Kaisarea, aliyeandika sana habari za siku zile, ameandika ya kwamba Paulo alifunguliwa baadaye. Ila maneno ya Paulo mwenyewe aliyoyaandika katika nyaraka zake kwa Timotheo na kwa Tito yasema kwamba yu karibu na mauti yake. Basi twaona tofauti ya maneno hayo na yale aliyowaandikia Wafilipi, na Filemona; nasi tumeelewa kwa kupokea asemavyo huyo Eusebius, ya kwamba Paulo alifunguliwa, akasafiri nchi nyinginezo, kama Kirete (Tito 1 : 5), kisha alifungwa mara ya pili. Kuna hadithi nyingi zinazoleta habari za kusafiri kwake, hapo alipofunguliwa hivi: waalimu wengine wasema kwamba alipata kufika Spania (Spain), kama alivyotumaini mwenyewe (Waru. 15 : 28), kisha waona kwamba alipita mbele na kufika hata Uingereza

(England), akihubiri Injili huko nako; ila hatuna hakika, ni kudhani tu. Mwisho, tunajua kwamba alikamatwa tena na Warumi, na kufungwa mara ya pili, kisha akahukumiwa, akakatwa kichwa A.D. 66 au 68.

Petro. Angalia kazi zake alizozifanya nchi ya Palestine, kama zilivyoandikwa katika Chuo cha Matendo. Tena alitenda kazi katika nchi nyingine-nyingine. Labda alifika mji wa Babeli (1 Pet. 5 : 13), ijapokuwa wengine waona ya kwamba neno hilo 'Babeli' liliandikwa na Petro kama simo, au mfano, ili kuwaonyesha Wakristo, kwa siri, ya kwamba amekaa katika mji wa Rumi. Wale Wakristo walielewa na neno hilo, kwamba 'Babeli' maana yake ndiyo Rumi, wajapokuwa wale askari za Rumi waliokuwa wakimtafuta-tafuta hawakupata kulifahamu maana yake neno hilo. Habari za mwisho zilizoandikwa katika Maandiko Matakatifu, katika habari za Petro ni hizo za Chuo cha Matendo, 12 : 17 na 15 : 7, pamoja na zile zilizoandikwa katika nyaraka zake yeye mwenyewe. Kuna hadithi mbili zenye habari za Petro. Ya kwanza yasema kwamba aliuawa pamoja na Paulo huko Rumi. Hadithi hiyo yasema kwamba askari wa Rumi walitaka kumwua kwa kumsulibi msalabani, vile-vile kama alivyosulibiwa Bwana Yesu naye, ila Petro mwenyewe alikataa kusulibiwa kwa mfano ule-ule alivyokufa Bwana wake, akisema kwamba hastahili kuheshimiwa hivyo; basi aliomba ruhusa asulibiwe hali ya kupinduliwa, miguu yake iwe juu, kichwa chini. Askari wakakubali, wakamfunga msalabani hivyo, akafa. Ile hadithi ya pili yasema kwamba Petro alikuwa askofu wa Rumi, tokea A.D. 42 hata 67. Lakini hadithi hiyo ya pili haikuonekana hapo kwanza. Katika hadithi hizi hatuwezi kujua hakika.

Yohana. Kuna hadithi moja ya zamani za Polycarp, huyo aliyekuwa mwanafunzi wa Mtume Yohana, na hadithi hiyo yasema ya kwamba Yohana alikuwa Askofu wa mji wa Efeso, akakaa huko baada ya kufa kwake Paulo, mpaka Kaisari Trajan alipowekwa awe mfalme, isipokuwa siku zile Yohana alishurutishwa kuketi katika kisiwa cha Patmo, katika enzi ya Mfalme Domitian, A.D. 95. Waalimu wengine waona ya kwamba Yohana aliwekwa katika kisiwa cha Patmo katika zamani za mfalme Nero, A.D. 64, ila hatuna hakika. Wengi wakubali ya kwamba Yohana alikiandika Chuo cha Ufunuo kama A.D. 95, ila hatujui sana ni mwaka gani. Ziko hadithi mbili tatu za ajabu sana, zenye kuleta habari za Mtume Yohana, lakini hazina ushuhuda wa hakika. Hivi, twasoma ya kwamba Yohana aliudhiwa na mfalme Nero kwa kutiwa katika sufuria kubwa yenye mafuta yaliyotokota, lakini mafuta hayo hayakumdhuru kwa lo-lote. Tena kuna hadithi inayosema kwamba adui zake walipokosa kumwua hivyo kwa mafuta yaliyochemka, wakamnywesha sumu katika kikombe, akanywa asife. Tena kuna habari za mtu mmoja aliyekufuru katika Ukristo, akawa baadaye akida wa kikozi cha wevi; siku moja huyo alimkuta Yohana, alitaka kumnyang'anya mali yake, lakini Yohana, kwa mapenzi yake na kwa vile alivyosema naye maneno mazuri akampata mtu huyo, akatubu na kurudi tena katika njia za Kikristo. Tena, kuna hadithi nyingine ya Yohana ya kwamba siku moja alikimbia kutoka katika nyumba moja, wengi walipokuwamo, kwa sababu alimkuta mtu ndani mle aliyeitwa Korintho, mzushi. Akasema 'Na tutoke upesi, isije ikatuangukia nyumba hii, kwa ajili ya mtu huyu mbaya aliyemo'. Tena, watu wasema kwamba alipokaribia kufa Yohana hakuwa na nguvu za kutembea, kwa alivyoendelea katika uzee wake sana sana, akifika umri wake kama miaka mia. Ndiposa alipata watu kumchukuachukua huku na huku, kati ya Wakristo; naye akawabarikia, na kuwahubiri neno moja tu, nalo ni hili, 'Watoto wadogo wangu, pendaneni.' Watu wakamjibu, wakamwuliza, 'Je, ni kwa sababu gani wewe kuhubiri neno moja tu "Pendaneni"?' Akawajibu, akasema 'Je, kuna neno lililo kubwa kuliko hilo la kupendana?' Akaendelea Yohana katika uzee wake, hata watu wakaanza kusema kwamba labda hatakufa (Yoh. 21 : 23). Lakini, mwisho alikufa kwa unyonge wa uzee wake.

Yakobo. Yakobo alikuwa ni ndugu, au ndugu wa kambo, wa Bwana Yesu. Hakuwa yeye katika hesabu ya mitume kumi na wawili, lakini alisimamia kanisa la Yerusalemu (Mat. 15 : 13), akawa kama Askofu. Mwisho huyo alikamatwa na Wayahudi, wakamtupia mawe akafa.

Mathayo. Ni huyu aliyeiandika Injili. Mapokeo ya Kanisa yasema ya kwamba aliendelea kuhubiri huku Uyahudi muda wa miaka 15 baada ya kufa kwake Bwana Yesu, kisha alisafiri akaenda nchi ya mbali, akatembea-tembea kuihubiri Injili. Mwisho alifika Aithiopo (Uhabeshi) akauwa na watu wa huko.

Marko. Katika mapokeo, wengine wasema kwamba Marko

hakumjua Bwana Yesu kwa uso, lakini wengine wamenena kwamba alikuwa mmoja katika wale 'sabini' (Luka 10 : 1), kisha kwamba alitoroka kwa ajili ya maneno hayo magumu ya Bwana (Yohana 6 : 66). Labda yule 'mwenye nyumba' aliyetajwa katika Marko 14 : 14 ndiye baba yake Marko. Mamaye ndiye Mariamu (Mat. 12 : 12). Wengine wasema kwamba yule hirimu aliyekimbia alipokamatwa Yesu ndiye Marko (Mk. 14 : 51-52). Baadaye alisafiri pamoja na Paulo na Barnaba, akawa mtumishi wao (Mat. 12 : 25; 13 : 13; 15 : 37-39). Halafu alikuwa 'mkalimani wa Petro' (au, karani yake), maana, watu wakamwomba Petro ampe Marko ruhusa kuyaandika karatasini maneno aliyowahubiria, yasije yakapotea, kwa sababu Petro alikuwa ni mzee, karibu ya kufa. Petro akampa ruhusa, ndipo Marko akaiandika hiyo 'Injili ya Marko'. Kuna hadithi ya Marko ya kwamba alikaa na Paulo katika mji wa Rumi (taz. 2 Tim. 4 : 11), kisha kwamba alikaa na Petro 'Babeli' (taz. 1 Pet. 5 : 13), kisha alitumwa na Petro aende Misri. Huko Misri akajenga kanisa katika mji wa Iskanderia, akasafiri-safiri huku na huku kuhubiri Injili katika nchi ya Afrika. Baadaye alirudi Iskanderia, akawekwa awe Askofu wa mji huo. Mwishowe akauawa na wenyeji wa mji huo.

Luka. Luka alikuwa tabibu, au daktari. Siku hizo matabibu walikuwa kama watumishi walioajiriwa ili wafanye kazi zao za udaktari katika nyumba za matajiri. Pia Luka alifanya kazi ya ufundi wa kuchora picha. Alikaa na Paulo hata Paulo alipouawa (2 Tim. 4 : 11); baada ya hayo hatupati tena habari za hakika, lakini watu husema kwamba alihubiri Bithunia na Akaya, akafanya kazi za Injili huko Asia Ndogo hata uzee wake. Mwishowe aliuawa kwa ajili ya dini ya Kristo, kama A.D. 100.

Andrea. Mapokeo ya Kanisa yasema kwamba alisulibiwa mji wa Patrae, nchi ya Akaya, alikokwenda kuhubiri, akafungwa msalabani muda wa siku mbili, huku akiwahubiri-hubiri kwa maneno mazuri sana watu waliomwangalia; mwisho wa siku hizo mbili akafa.

Filipo. Hatuna habari zake sana, isipokuwa alifanya kazi ya Kikristo katika nchi ya Asia Ndogo, akafa huko akazikwa katika mji wa Hierapolis.

Bartolomayo. Kuna hadithi kwamba aliandika Injili, ikapotea. Kisha kwamba alikwenda Bara-hindi (India) kuwahubiri Wahindi Injili. Baadaye alirudi akafa nchi ya Armenia. Jina lake hasa halijulikani: watu husema kwamba ndiye yule aliyeitwa Nathanieli (Yoh. 1 : 45; 21 : 2); baba yake aliitwa Tolomayo, basi yeye aliitwa Nathanieli-bar-Tolomayo, ('bar', maana yake ni, 'bin').

Tomaso. Jina hilo 'Tomaso' likifasiriwa ni kama kusema 'pacha'. Mapokeo ya Kanisa yasema ya kwamba silo jina lake hasa, kwa maana aliitwa jina lake Yudasi, ila Bwana Yesu akamwita 'Pacha' kwa kumpambanua na wale Yudasi wengine. Kisha kuna hadithi kwamba aliandika Injili, ikapotea. Kisha watu husema kwamba alisafiri kwenda kuihuburi Injili huko Bara-hindi.

Thadayo. Huyo naye aliitwa jina lake hasa Yudasi (taz. Mt. 10 : 3; Luka 6 : 16; na Yoh. 14 : 22). Mapokeo yasema ya kwamba alikwenda kuhubiri Odessa, katika nchi ya Russia. Baadaye alirudi, akaenda kuhubiri Misri, akasulibiwa huko.

Simoni Mkananayo. Jina hilo 'Mkanani' (Mk. 3 : 18) si kama kusema alizaliwa Kanani, la, ila ni kusema kwamba alikuwa mtu wa shirika ya hao walioitwa 'Zelote' (Luka 6 : 15), maana, ni 'wenye wivu', kwa walivyokuwa na wivu kwa mambo yao ya Kiyahudi. Hadithi za zamani zasema ya kwamba huyo Simoni aliwekwa awe Askofu wa pili wa Yerusalemu, naye aliitwa jina lake Simeoni. Twadhani, lakini, sivyo, kwa maana huyo Simeoni, Askofu wa mji wa Yerusalemu, imedhaniwa kuwa ni mtu mwingine wala siye Simoni Mkananayo. Mwishowe huyo Simoni alisulibiwa chini ya enzi ya Domitian, Mfalme wa Rumi, akikataa kabisa kumkana Bwana wake.

Yakobo, mwana wa Alfayo

Mapokeo yasema kwamba huyo Alfayo alikuwa na jina la pili, la Kileopa (Yoh. 19 : 25). Yakobo huyo aliitwa 'Yakobo mdogo' (Mk. 15 : 40), kwa sababu alikuwa ni mtu mfupi sana, wala si kwamba yeye ni duni kuliko huyo Yakobo mwingine. Hadithi za zamani zasema kwamba alikuwa ndugu yake Mathayo, naye pia hapo kwanza alikuwa ni mtozaji wa ushuru. Ikiwa hivyo, walikuwa ni jamaa waliobarikiwa sana sana, maana, katika nyumba yao wengi walimfuata Kristo; maana, ni huyo baba Alfayo (Mk. 3 : 18), na mama Mariamu, na wana wao watatu, Mathayo, na Yakobo, na Yose. Hao wote walikuwa wanafunzi wa Bwana, na katika hao watano, wawili wakawa Mitume hasa, yaani Mathayo na Yakobo. Hatuna mapokeo yo-yote ya hakika ya kazi alizozifanya Yakobo.

3

Mateso Makuu na sababu za Mateso hayo Kutokea

Mateso Makuu

(1) *Mateso katika enzi ya Kaisari Nero*, A.D. 64-68

KATIKA mateso hayo ya Mfalme Nero waliteswa Wakristo wengi, kisha kwa maumivu makali. Labda mateso yalitokea kwa ajili ya uasi wa Wayahudi, walioufanya huko Palestine, ila hasa ni kwa sababu ya mji huo mkubwa wa Rumi ulivyoteketezwa vibaya, na Nero alisema kwamba ni Wakristo waliouwasha moto huo. Hadithi za zamani zasema kwamba moto huo uliouteketeza mji hasa uliwashwa na Nero yeye mwenyewe, katika wazimu wake, naye aliwashtaki Wakristo bure, kwa alivyoogopa hasira za raia zake, maana, hao wenyeji wa Rumi. Mateso hayo yalianza katika mji wa Rumi, nayo yalienea katika nchi nzima ya Italy, hata baadaye yakaenea zaidi na kufika nchi za mbali za ufalme wa Rumi. Hatujui sana habari zake, kwamba Wakristo wote waliokaa katika Ufalme wa Rumi waliteswa kwa amri ya Kaisari mwenyewe, au kwamba mateso hayo yaliyoanzwa na Kaisari yalienea kwa ukaidi wa askari zake, ambao walikuwa wamewachukia Wakristo. Imedhaniwa kwamba hayo mateso yalitiwa nguvu na ukali kwa nia ya Washenzi waliokaa chini ya enzi ya Rumi ili kuikomesha dini ya Kikristo, isije ikaendelea na kuyaondoa mambo yao ya ushenzi: hatuwezi kujua hakika. Waalimu wengine wanaona ya kwamba Mtume Yohana alifukuzwa aende kukaa katika kisiwa cha Patmo wakati huo. Hatuna hakika yake; labda sivyo; yamkini alifukuzwa katika enzi ya Domitian. Kaisari Nero alikufa mwaka A.D. 68, ndipo yalipokwisha mateso hayo.

(2) *Mateso katika enzi ya Kaisari Domitian*, A.D. 95-96

Hayo ndiyo mateso ya pili yaliyo makuu. Mateso yale ya kwanza, yaani, hayo ya Nero, yalikuwa kama vita vikali vya kuwamaliza Wakristo kabisa kwa mara moja; bali hayo ya pili, ya Domitian, yakawa watu kuwarukia juu yao ghafula mara kwa mara, huku na huku, kwa sababu ya kuwaonea wivu na nia mbaya. Katika mateso hayo ya Domitian, mtu mkuu mmoja, Mrumi, jina lake likiitwa Flavius Clemens, mwenye daraja ya liwali mkuu, aliuawa; na mkewe, jina lake akaitwa Flavia Domitilla, akifukuzwa aende kukaa nchi nyingine. Watu hao wawili walishtakiwa kwamba hawana Mungu, kwa sababu Mungu wao haonekani, kama Warumi walivyozoea kuona sanamu zilizoabudiwa kwa desturi zao. Eusebius, aliyetuletea habari hizo katika maandiko yake, amewahesabu watu hao kuwa ni Wakristo, ila kwa asili yao ni Warumi hasa, kisha ni waungwana. Tena, siku hizi zetu watu wamezumbua maandiko katika zile 'Catacombs', maana, katika mashimo, au mapango, yaliyo chini ya mji wa Rumi, walimokaa Wakristo wa zamani zile, ili kujificha na adui zao wakati wa mateso: maandiko hayo yanaonyesha kwamba ni kweli bibi huyo alikuwa ni Mkristo, kwa maana amesifiwa sana katika maandiko hayo. Ila si wengi walio wakuu, wenye daraja, waliokuwa Wakristo zamani zile; lakini zaidi ni maskini, watu wasiokuwa na daraja, ambao kwamba waliishika dini hiyo. Katika mateso hayo ya Domitian, wajukuu wa Yuda, yule aliyeuandika Waraka, kisha ni ndugu wa Bwana wetu, waliletwa mbele ya huyo mfalme Domitian: lakini hawakutendewa uovu kwa vile walivyoonekana kuwa na mikono yenye sugu, ya mkulima tu. Tena, wengine wasema kwamba Mtume Yohana alifukuzwa na Domitian aende akakae kisiwa cha Patmo. Mateso hayo mawili hayakuwa mateso yaliyoitwa 'tangazo', maana, yaliyoamriwa na sheria au amri ya serkali, ila yalitokea tu kwa ukaidi wa watu, na kwa uovu wa wafalme wao.

Sababu za mateso hayo kutokea. Muda wa miaka mia mbili Serkali ya Rumi mara kwa mara ilijaribu kuikomesha dini ya Kikristo.

Dini hiyo haikupendwa kwa sababu hizi zinazofuata hapa:
(i) Ilionekana kwa upesi (Mat. 16 : 20-21) ya kwamba kondo lazima itakuwako kati ya Wakristo na Warumi. Dini ya Kikristo haiwezi kupatana na dunia kabisa, na matata yalikuwa hayana budi kuja, kama alivyosema Bwana Yesu mwenyewe, 'Sikuja kutia amani, ila, upanga.'
(ii) Katika mji wa Rumi dini nyingi zilikuwapo pasipo kukataliwa; Wayahudi, na Wayunani, na Waajemi, wakadhalika — hao wote walikuwa na ruhusa kuziandama kawaida zao za ibada, wasikatazwe. Na sababu ya wao kuachwa hivi ni wao kutokuwa na bidii kuwavuta watu waingie katika dini yao. Wayahudi walipojionyesha kuwa wanafaa na kutakwa katika mambo ya biashara,

wakaachwa kuabudu kama walivyoona vyema, wasiudhiwe. Tena, watu wa dini nyingine-nyingine walikuwa radhi kuikubali hiyo dini ya Rumi iliyowekwa na Serkali, maana, kumwabudu huyo mfalme wa Rumi. Basi wao walikaa salama salimini, lakini kwa Wakristo sivyo, kwa maana, Wakristo walikuwa na bidii na wivu kwa dini yao; Kristo tu ndiye aliyekuwa Mfalme wao, nao walimjua Yeye kuwa ni bora kabisa kupita mfalme wa Rumi, basi wakakataa kumwabudu huyo Kaisari. Na tena, walikuwa wakizinenea hizo dhambi za kishenzi. Basi, kwa sababu hizo hawana budi walichukiwa kama ndio adui wa Serkali.

(iii) Dini ya Kikristo, kwa kuwa ilikuwa haina sadaka zinazoonekana, kisha ibada yake mara kwa mara kuwa katika siri, hasa katika Karamu ya Bwana, ambayo siku zile ilifanywa kwa siri sana, watu walianza kudhani kwamba mambo mabaya yalifanywa; na Wakristo walishtakiwa kwamba wafuata mambo ya uchawi, tena ya kwamba hula nyama ya watu, wakadhalika. Pengine adui zao walikuwa wameyasikia maneno hayo ya Bwana ya Yohana 6 : 56, nao hawakuelewa na maana yake. Basi mara kwa mara Wakristo walishambuliwa na kupigwa; kisha, mambo mabaya yalipotokea, kama njaa au maradhi, yaliandikwa juu ya uchawi wa Wakristo. Hao washenzi walidhani kwamba miungu yao ya kishenzi walikuwa wakichukiwa na kukasirika kwa ajili ya hiyo dini mpya iliyokuwa imeingia katika nchi yao; ndiposa walijaribu sana hao washenzi kuikomesha dini hiyo ya Kikristo.

(iv) Pengine mateso yalianzwa kwa wivu wa Wayahudi, au wa hao makuhani wa kishenzi, kama ilivyoandikwa, Mat. 13 : 50 ; 13 : 8; 17 : 5; 18 : 12; 19 : 23; 21 : 27; w.k.

(v) Dini ya Kikristo ni ushirika wa watu waliotengwa na mambo ya dunia. Basi ushirika huo una wazee wake, na wasimamizi wake, na sheria zake; ndiposa hao wakubwa wa Rumi waliogopa kwamba ushirika huo ni ushirika wa siri ulio na mambo ndani yake yenye kutisha; basi wengine katika hao wafalme wa Rumi waliona lazima ikomeshwe dini hiyo yenye hatari kwa ajili ya salama ya Serkali yao. Wenyewe walikuwa si wafalme wabaya, ila waliwaudhi Wakristo sana sana, huku wakiona kwamba salama ya ufalme wao ni kitu kilicho bora kuliko hiyo dini ya Kikristo.

(vi) Tena, jinsi dini hiyo ilivyowavuta wanawake sana, iliwachukiza mno hao waume wa Rumi, kwa kuwa kwao mtu mume ndiye bora katika nyumba, nao walikasirika sana sana hapo walipoona wanawake kutotii katika mambo ya dini yao ya kishenzi, au kuziacha desturi zao za zamani.

(vii) Tena, mafunzo hayo ya watu wote kuwa ni 'ndugu moja katika Kristo', yalichukiza sana katika nchi ambayo kuishi kwake kulikuwa kwa huo utumwa. Wale waungwana matajiri waliogopa sana kwamba watumwa wao watawaasi, au kuwa na ukaidi wakifundisha habari za umoja huo.

(viii) Pamoja na hayo yote, inatupasa kukumbuka kwamba kazi hiyo ya kuizuia dini ya Kikristo isienee, ilikuwa hasa ya huyo Shetani, kwa sababu "kushindana kwetu sisi si juu ya damu na nyama" (Waefeso 6 : 12). Yeye Shetani, aliyemhimiza Herode hapo Kristo alipozaliwa, ili ajaribu kumwua, daima anajaribu kuikomesha dini hiyo ya Kikristo, kwa sababu anaiogopa sana, akijua kwamba mwisho itamshinda, na kumsheta kichwa chake.

(ix) Na tena, inatupasa kukumbuka sana ya kwamba hapo kwanza, katika mateso ya mfalme Nero, mashtaka mengi ya uongo yaliletwa juu ya Wakristo, kana kwamba wao wanafanya mambo ya uasi juu ya Serkali ya Rumi; na mashtaka hayo yalinenwa kuwa ndiyo sababu ya wao kuteswa. Baadaye lakini, nia za Warumi zikageuka, na katika mateso ya 'tangazo' yaliyotokea halafu, ilikuwa akiwa mtu awaye yote kunena tu kwamba yeye ni Mkristo mara aliadhibiwa kwa kuuawa pasipo huruma, ajapokuwa mtu huyo hakushtakiwa jambo jingine liwalo lote.

Mateso hayo yaliyoitwa 'tangazo'. Kama tulivyosoma hapo juu, kwanza Wakristo walikuwa wakiteswa kwa nia ya maliwali, au kwa nia ya watu walipowaondokea juu yao kwa wivu, au kwa mashtaka ya uongo. Pengine wafalme wenyewe waliwahimiza watu wao kuwadhuru. Mateso ya namna hii yaliendelea hata A.D. 112. Lakini baadaye ikawekwa amri ya Serkali kwamba dini hii ya Kikristo ina hatari kwa ufalme, basi si halali tena. Kwa ajili hiyo Wakristo kila siku walikuwa hatarini; pamoja na hayo waliendelea mbele sana, wakaongezeka kuwa wengi, na kupata nguvu. Lakini si mateso yote ya tangazo yaliyoenea, au kutangaa, na kufika pande zote za ufalme wa Rumi, la, isipokuwa ni yale ya Mfalme Decius A.D. 250, na ya Mfalme Dioclesian, A.D. 300; hayo ndiyo yaliyoenea hasa pande zote za ufalme wa Rumi.

4

Jinsi Dini ya Kikristo Ilivyoongezeka Maandiko Matakatifu, na Sharti za Imani Ibada na Ada za Kikristo Zilivyokua

Jinsi Dini ya Kikristo Ilivyoongezeka Ndani ya Kanisa Lenyewe

NA TUANGALIE sasa jinsi Kanisa lilivyokua kwa ndani yake. Mwisho wa karne ya kwanza ilikuwa ni wakati wa hatari nyingi kwa Kanisa la Kristo. Vifo vya Mitume viliwaondoa hao waliokuwa wenye kuongoza wa asili halisi. Tena, bidii ya hao waliokuwa mashahidi wa kizazi cha kwanza ilikuwa inakoma kidogo kidogo. Kisha, hofu ya kuudhiwa ilikuwako siku hizo. Imetupasa kuangalia jinsi dini ilivyolindwa, na Wakristo walivyosaidiwa; kisha, ni maandiko ya namna gani yaliyofanikisha na kuliweka salama hilo Kanisa:

(1) *Maandiko Matakatifu ya Agano Jipya*

Yamkini kwamba hizo Injili nne si za kwanza kuandikwa katika maandiko ya Agano Jipya. Twaona ya kwamba Nyaraka za Mtume Paulo ziliandikwa kama A.D. 52-68, na hizo Injili zilifuata kuandikwa kama A.D. 65-100. Kwetu sisi jambo hili ni la ajabu, kwa sababu tumezoea kuziona Injili kuwekwa mbele ya zile Nyaraka katika Agano Jipya. Lakini na tukumbuke ya kwamba Wakristo wa kwanza walikuwa watu walioishi wakati ule-ule aliokuwako Kristo pamoja nao, wakamjua Yeye alipokuwa yu hai katika mwili. Kwa sababu hiyo, wao walikuwa hawana haja ya kuandikiwa habari za maisha yake Kristo, kwa maana, ni watu ambao kwamba walikuwa wamekwisha kuyaona matendo ya Bwana kwa macho yao wenyewe, wakayasikia mafunzo yake kwa masikio yao. Na tena, wale wengine wa kwanza ambao hawakumwona Bwana mwenyewe, wakafundishwa kwa sauti za hao Mitume na wanafunzi wa asili, basi wao nao hawakuwa na haja ya kuandikiwa habari hizo.

Tena, inatupasa sisi kukumbuka ya kwamba, neno lililohubiriwa zaidi na Mtume Paulo na wenziwe ni neno hilo la kufa kwake Yesu na kufufuka kwake. Neno hilo walilikaza sana kuliko hizo habari za matendo yake, na miujiza yake, na mifano hiyo aliyoitoa Bwana katika kuhubiri kwake. Tukizipeleleza Nyaraka za Paulo alizoziandika, twaona ya kwamba hakuna hata mmoja wa hiyo miujiza ya Bwana uliotajwa humo, wala hamuna habari ya mifano iliyofunzwa na Bwana, la, hata mmoja. Paulo aliyaandika tu mambo hayo yaliyowapasa watu wa makanisa yaliyokuwa ni machanga, ili wapate kukua vizuri katika imani yao.

Pamoja na hayo yote, kulitambulikana sana ya kwamba Kanisa la Kikristo litaendelea baada ya kufariki kwao Mitume wa asili; tena, Kanisa lilikuwa limeenea zaidi katika watu wa mataifa, ambao kwamba walikuwa hawajasikia habari za maisha yake Yesu Kristo. Hao Mitume, na Wakristo wa asili waliokuwa wamemwona Bwana Yesu kwa macho, na kunena naye, walikuwa wanakufa, basi hizo Injili ziliandikwa baadaye ili kuzilinda habari za 'Maisha ya Kristo', zisigeuzwe, wala kuongezewa mambo yasiyokuwa ya kweli; tena, ili kwamba matendo ya Bwana, na maneno yake, yapate kulindwa na kutunzwa salama. Injili ya Marko ndiyo ya kwanza ya kuandikwa, kama A.D. 65; nayo iliandikwa na huyo Yohana Marko, kwa vile alivyokuwa karani wake Petro. Aliandika habari za Bwana kwa ufupi; akaandika vile-vile kama mambo yenyewe yalivyokuwa; tena, kama vile Petro alivyoyaona mambo hayo kwa macho yake mwenyewe. Hakujaribu kuwaeleza watu mafundisho yaliyomo ndani ya mambo hayo aliyoyaandika, ila kuyaandika tu yalivyokuwa. Baadaye kina Mathayo na Luka nao wakaziandika Injili zao, walipokuwa wamekwisha kuisoma hiyo Injili ya Marko, nao waliyafuata maneno yale yale yake, au kuyageuza-geuza maneno yake kama walivyoona kuwa yafaa. Mathayo aliandika Injili yake kwa ajili ya hao Wakristo wa Kiyahudi, naye hukaza sana kuonyesha jinsi Bwana Yesu alivyoutimiza huo unabii wa Kiyahudi. Luka, aliyekuwa amesafiri pamoja na Mtume Paulo katika safari yake ya pili, na kuwafikilia sana watu wa mataifa, yeye alivyoandika ni kuonyesha hasa jinsi hiyo Injili ilivyokuwa ni ya mataifa yote ya ulimwengu.

Yohana aliandika Injili yake, na Nyaraka zake pia, alipokuwa amekwisha kuwa mzee sana. Wakati huo alipoziandika alikuwa yu pekee aliyesalia katika watu hao waliomjua Bwana Yesu katika mwili wake, kama A.D. 90-100. Mji wa Yerusalemu wakati huo ulikuwa umeangamizwa yapata kama miaka thelathini. Tukipeleleza sana Injili yake Yohana, twaona kwamba yeye alikuwa ameelewa zaidi ya wenziwe katika mambo ya kiini ya Kristo, na kujua zaidi mafundisho yaliyomo ndani yake. Wakati huo uzushi mwingi ulikuwako, ukiipinga dini ya kweli; tena, Wakristo wengi walikuwa katika mateso kwa walivyoitetea hiyo kweli. Huyo 'Mpinga-Kristo' alikuwa amekwisha anza kazi zake (1 Yoh. 2 : 18), basi Yohana aliyotamani sana ni kuonyesha kwamba Bwana Yesu ndiye Mungu halisi, kisha ni Binadamu, (Yoh. 20 : 31, 1 Yoh. 4 : 2-3, Ufunuo 2 : 2-6, wakadhalika). Zile Injili tatu, yaani, Mathayo, Marko na Luka zilizoandikwa kwanza, zaleta habari za maisha yake Yesu, alivyotenda na kunena; lakini Yohana ametueleza zaidi jinsi mambo hayo yalivyotufaa sisi katika maisha yetu ya Kikristo. Twaona basi jinsi hao walioziandika hizo Injili walivyoziandika hasa kwa ajili ya watu wa baadaye, ambao kwamba hawakumwona Bwana alipokuwa yu hai duniani; ili kwamba wapate kujua hakika hakika habari za maisha ya Yesu, pasipo tashwishi iwayo-yote; kisha, mambo hayo yasije kugeuzwa au kupotea.

Na tukumbuke tena ya kwamba hapo kwanza ni Agano la Kale tu peke yake yaliyokubaliwa kuwa ndiyo 'Maandiko Matakatifu', na kusomwa kanisani. Lakini sauti za Mitume zilikoma hapo walipokufa, ndiposa Nyaraka zao, na hizo Injili walizoziandika, zilishika pahali pao, kufundisha mambo ya maisha ya Kikristo. Hicho Chuo cha Agano Jipya kukua kwake kulikuwa kama kulivyohitajiwa pole-pole. Imedhaniwa kwamba hivi vyuo tulivyo navyo sasa vilikubaliwa kwa wingi wake kuwa ndiyo 'Maandiko Matakatifu' mbele haujafika mwisho wa karne ya pili. Angalia, Mtume Petro ameonyesha (2 Pet. 3 : 15-16) ya kwamba Maandiko ya Mtume Paulo yalikuwa yamekwisha kukubaliwa katika hayo 'Maandiko' hapo mbele hajakufa huyo mwandishi mwenyewe.

(2) Sharti za Imani, au, Creeds

Kwa ajili ya mafunzo ya Kanisa, na kuhubiri kwake, ilikuwa ni lazima kuleta ushuhuda wa hakika wa mambo ya kweli, katika mambo ya Mwenyezi Mungu yaliyoaminiwa. Katika Chuo cha Agano Jipya inaonyeshwa kwa uchache ya kwamba mambo ya hakika yaliyoaminiwa yalijumlishwa kwa umoja wa utaratibu, ulioitwa 'Imani' (Mat. 2 : 42, Waru. 6 : 17, 2 Tim. 1 : 13, Yuda 3). Taratibu hizo zilikuwa zikitumiwa sana katika ubatizo, ili kwamba huyo atakayebatizwa aonyeshe hakika ya imani yake kabla hajakubaliwa ndani ya Kanisa. Hizo taratibu za imani hazikuwa sawasawa kila pahali; zilikuwa na tofauti kidogo mwahali-mwahali.

Pamoja na hayo, zote zilikuwa fupi, na zote zilikuwa na mafungu matatu, maana, ziliyafuata maneno yale matatu yaliyotumiwa wakati wa kuwabatiza watu, maana, 'Baba, na Mwana, na Roho Mtakatifu.' Hizo kawaida ziliongezeka, au kukua, pole-pole; pengine kwa njia ya maelezo yaliyoongezwa, ili kutunza kwamba maana yake hizo Imani zisigeuzwe, wala kuyaacha hayo maana yaliyokubaliwa na Kanisa: tena zisigeuzwe kwa mafundisho yasiyo sawa, ya uzushi.

(3) *Ibada ya Kikristo*

Alama moja ya Kanisa, lilipokuwa ni changa, ilikuwa ni jinsi Wakristo walivyokuwa na bidii katika huko 'kuvunja mkate' na maombi (Mat. 2 : 42); (Mat. 20 : 7). Wakristo walikuwa wamezoea kutumia zaburi, na maneno mengine yaliyotengeka, kwa kufuata desturi ya Wayahudi walivyoshukuru katika ibada yao, waliyoifanya katika Sinagogi zao. Tena, Bwana Yesu alikuwa amewapa wanafunzi wake hiyo 'Sala ya Bwana'. Pamoja na hayo, ile ibada ya Kikristo iliyokuwa imepambanuka, tangu mwanzo, ni hiyo Karamu ya Bwana iliyoamriwa na Bwana Yesu mwenyewe; jambo hilo hasa ndilo lililowatenga na Wayahudi, ikionyesha kwamba ibada zao ni mbali-mbali.

Hapo kwanza Wakristo walikuwa wakikutanika katika nyumba zao wenyewe, wakimwabudu Mungu pamoja nyumbani. Baadaye, katika zamani za Tertullian, A.D. 150-200, twaona kuwa walijenga makanisa, nayo yakazidi sana kujengwa katika karne ya tatu. Nao walitengeneza mahali ndani ya makanisa hayo, pawe na meza takatifu, na mimbari, yaani, ni kitu cha kusomea masomo, na viti vya mapadre. Makanisa hayo ya kwanza yalikuwa hayana michoro ya sura za vitu, wala taswira, wala sanamu zilizochongwa kuwa mfano wa kitu cho-chote. Kwa sababu waliona mahekalu ya kishenzi yanachorwa machoro mabaya, ndiposa Wakristo wengi wakajitenga na machoro yo-yote. Kisha, waliona si vizuri kujaribu kuandika sura za Bwana Yesu. Ila pengine, baadaye walianza kupiga picha za 'Mchunga Mwema' aliyechukua begani mwake kijana-cha-kondoo; na pengine walichora mfano wa njiwa, kuonyesha kwa mfano Roho Mtakatifu; au jahazi, kuwa mfano wa Kanisa; au samaki, wakadhalika; pengine nanga, kuwa mfano wa matumaini ya Kikristo. Twaona katika maandiko ya Tertullian ya kwamba Wakristo walizoea kufanya alama ya msalaba mara kwa mara kwa mikono yao, na katika vipaji vya nyuso zao. Lakini hawakusimamisha mifano hiyo ya msalaba juu ya Meza ya Bwana, wala kuinama mbele yake, ijapokuwa walikuwa nayo kanisani.

Ubatizo

Katika zamani hizo kulikuwa na haja ya watu walioongoka kuangaliwa maisha yao, kabla hawajabatizwa, yapate kuonekana kuwa ni safi, na wao kufundishwa. Basi, walianza kutiwa katika hesabu ya wafundishwao, makanisani, mbele ya wenziwao Wakristo, kwa kuomba Mungu na kutiwa alama ya msalaba, na kuwekewa mikono; wakaanza kuitwa 'Katekuomenoi' (Catechumens), maana ni Wasomaji, wakakaa hivi muda wa miaka miwili mitatu. Ila mtu akiona ya kwamba ana hatari ya kufa, akawa na ruhusa kubatizwa kwa upesi. Tena, walianza kuchagua wakati wa Siku Kuu ya Pasaka ya Bwana, na wakati wa Siku Kuu ya Pentekote, ziwe nyakati za kuwabatiza watu. Si kwamba ni lazima, ila waliona kwamba kufanya hivi ni vizuri zaidi. Na kisha, wale watu waliobatizwa walitakwa waikiri imani yao kabla hawajatiwa maji; na neno hilo likawa asili ya taratibu za maneno mfano wa ile 'Imani ya Mitume', wakadhalika. Hiyo 'Imani ya Mitume' ndiyo Imani ya Ubatizo ya Kanisa la Kikristo huko pande za Italy; ilitimizwa kama karne ya pili, au labda karne ya nne.

Tena, watu wale waliobatizwa walitakwa wamkatae Shetani na pepo. Na katika karne ya tatu walianza kuongeza ada moja, ni ya mtu mmoja kumwapiza Shetani (Exorcist), ili kwamba amtoke mtu huyo atakayebatizwa; na mtu huyo alipelekwa hata majini pamoja na yule atakayebatizwa humo. Kisha walianza kujenga mabirika makanisani, maji yakatiwa wakati wa kuwabatiza watu; na tena, watu huzamishwa mle, wasipokuwa wagonjwa. Ilitosha wagonjwa kumiminiwa maji kichwani. Na ada nyinginezo zilingia kidogo-kidogo; kama kumtia mtu alama ya msalaba katika kipaji cha uso, na kumbusu, na kumvika nguo nyeupe, na kumtia chumvi midomoni, wakadhalika. Katika hao ambao kwamba tunayo maandiko yao, wa kwanza aliyeandika wazi habari za ubatizo wa watoto ni Irenaeus, (Irenio) A.D. 120-200; ila Origen, A.D. 185-254, amesema kwamba hiyo ndiyo desturi iliyotokana na zamani za Mitume. Tertullian, ajapokuwa alitoa hoja zake kusema ya kwamba si vyema kuwabatiza watoto kwa haraka, pamoja na haya yeye ni shahidi wa desturi hiyo kwamba ilikuwako, na mwenyewe alikubali kuwabatiza ikiwa wana hatari ya kufa.

Watu kutiwa mikono, au "Uthibitisho", au "Kipa Imara".

Ili Roho Mtakatifu apewe kwao waliobatizwa, nao waimarishwe, ada ilifanyika na maaskofu, kwa watu kuwekewa mikono yao kichwani, na kuombewa Mungu, na kupakwa mafuta. Jambo hilo lilifanywa mara baada ya mtu kubatizwa. Na pengine twasoma habari za watoto wachanga kusongezewa ada hii.

Ushirika Mtakatifu. Zamani za Mitume ada hii ilifanywa wakati wa jioni, au usiku. Mkutano wa hao waliotaka kusongea katika Meza ya Bwana walileta matoleo yao ya mkate na divai, na sehemu yake ilitumiwa kwa kuwekwa kwa Mungu kwanza. Na wakati wa ibada hiyo, fedha zilitangizwa kwa ajili ya watu maskini na kwa riziki za mapadre, na haja nyingine-nyingine za Kanisa. Baadaye makanisa mengine-mengine yalianza kuifanya ada hiyo wakati wa asubuhi, na mengine alasiri, kama hali ya watu wao, na haja zao, zilivyokuwa. Nao walifanya ada hiyo kila siku ya Juma-pili, na Siku Kuu za Kanisa, na zaidi katika zamani za kuudhiwa katika mateso. Waliona kwamba ni lazima kwa wokovu wa watu.

Hapo kwanza walifanya karamu hasa, iliyoitwa 'Agape', maana, 'Karamu ya Mapenzi', pamoja na hiyo Karamu ya Bwana. Kuonyesha umoja wao na upendano wao, kila mtu alileta chakula chake yeye mwenyewe, wakala pamoja, na katika vyakula hivyo sehemu iliwekwa kwa Mungu iwe 'Karamu ya Bwana'. Lakini baada ya miaka kadhawakadha, desturi hii ilianza kuharibika, kwa wasivyoishi watu kwa nia njema kama hapo kwanza. Hata Mtume Paulo mwenyewe aliona kwamba yampasa kuwaonya Wakorintho katika ada hii, ili kwamba wasikosane (1 Wakor. 11 : 17-34). Yule liwali aliyeitwa Pliny, ambaye alimwandikia Kaisari Trajan, A.D. 98-117, alimwuliza habari za karamu hii, kwamba ni halali au sivyo; kisha Tertullian, A.D. 150-220, na Clement wa Alexandria, A.D. 150-212, wameonyesha mambo yaliyoonekana humo wakati wao. Hata baadaye, makosa hayo yaliyotajwa na Mtume Paulo ndiyo sababu ya ada hii ya Agape kuachwa.

Ibada ya kila siku. Hatuna habari zilizoandikwa katika zamani za kwanza hasa, isipokuwa maneno kama hayo yaliyoandikwa katika Chuo cha Matendo 2 : 46; 20 : 7, wakadhalika.

Siku zilizotakaswa. Katika Agano Jipya twawaona Mitume kuishika siku ya kwanza ya jumaa iwe ukumbusho wa Bwana Yesu kufufuka, kutoka kwa wafu. Siku hiyo ikaitwa *'Siku ya Bwana'*

(Mat. 20 : 7; Ufu. 1 : 10). Tena, siku hiyo walikutanika ili wamshukuru Mungu; tumesoma hapo juu jinsi walivyoabudu katika ibada ya siku hiyo, kisha kwamba ndipo walipotangizana kwa haja za Kanisa. Wakashika siku hiyo ya Bwana iwe siku ya furaha, si halali kufunga siku hiyo. Tertullian ndiye wa kwanza, kama tunavyojua, kusema kwamba Wakristo waliacha kazi zao za duniani katika siku hiyo ya Bwana. Kisha, walianza kufunga siku ya Ijumaa kwa sababu ndiyo siku ya kufa kwake Bwana; na siku ya Juma-tano nayo walifunga mpaka saa tisa. Tena, walianza kuangalia nyakati kadhawakadha ziwe ukumbusho, mwaka kwa mwaka, wa mambo makuu katika maisha ya Bwana; hivi wakashika Siku ya *Pasaka,* na *Ufufuo* wa Kristo, kuwa Siku Kuu. Tena, siku kuu ya *Pentekosto,* aliposhuka Roho Mtakatifu, waliona kwamba ni Siku Kuu nayo. Na muda ule wote wa siku hamsini, tokea Pasaka hata Pentekote, waliuona ni wa kukumbukwa kwa furaha, wasiweze kufunga siku hizo. Kisha, katika karne ya tatu walianza kuiangalia zaidi siku ya Kupaa kwake Bwana kwenda mbinguni. Siku ya kuzaliwa kwake Kristo haikuangaliwa zamani za kwanza, mbele ya karne ya nne, na makanisa ya pande za magharibi ndiyo waliyoiweka siku hiyo ya *December* 25 iwe ni ukumbusho wa neno hilo; ila makanisa ya pande za mashariki yalipoanza kuiangalia siku hiyo ya kuzaliwa kwa Bwana waliishika siku ya January 6, ambayo walikuwa wameishika hapo kwanza kuonyesha Epiphany, (Ufunuo) maana, Kristo kufunuliwa kwa mataifa. Baadaye watu wa makanisa ya mashariki waligeuza desturi yao, nao pia wakaishika siku hiyo ya December 25, si kwamba ndiyo siku halisi ya kuzaliwa kwake Bwana Yesu, la, ila ni siku iliyochaguliwa na watu iwekwe kuwa ni siku ya ukombusho wa jambo hilo, ijapokuwa hatuna hakika ya kujua hasa ni siku gani, au ni mwezi gani, aliozaliwa Bwana wetu. Tena, katika ile jumaa ya Kuteswa kwake Bwana, makanisa ya magharibi walianza kufunga muda wa saa arobaini za jumaa hiyo; baadaye desturi hiyo iligeuzwa, nao walianza kufunga siku arobaini, badala ya zile saa arobaini, nazo siku arobaini zikawa Siku za Saumu, zilizo mbele ya Siku Kuu ya Pasaka. Ndiyo asili ya hizo Siku za Saumu.

Mavazi ya Mapadre. Katika hizo karne tatu za kwanza habari tulizo nazo katika mavazi waliyoyavaa zinaonyesha kwamba walipofanya kazi zao kanisani mapadre walivaa mavazi ya nguo njema na safi, mfano wa nguo hizo walizozivaa siku zote, wala hawakuvaa mavazi mengine yaliyowekwa makusudi kwa ajili ya kazi hizo za kanisani. Mara kwa mara, lakini, walipewa zawadi na watu matajiri au wafalme, za mavazi yaliyo mazuri zaidi, yawe mavazi ya heshima kwa kazi zao; kama ile zawadi ya Mfalme Constantine aliyompa Askofu wa Yerusalemu, nayo ni kanzu ya dhahabu safi, iliyokuwa imeshonwa vizuri sana sana, ikatumiwa wakati wa kuwabatiza watu. Baadaye lakini walianza kupambanua kati ya maaskofu na mapadre wengine, na kumwekea kila mtu nguo zake, kama daraja yake ilivyokuwa. Kulikuwa na tofauti za desturi huku na huku, hata katika Mkutano wa Toledo, uliofanywa baadaye, mwaka A.D. 633, shauri likakatwa ili kulitengeneza jambo hilo. Katika mkutano huo mavazi yaliyoamriwa ni hayo:

(i) SHEMASI
(*a*) Kanzu nyeupe yenye mikono.
(*b*) Mshipi, kama 'stole', iliyovaaliwa katika bega la kushoto.

(ii) KASISI
(*a*) Kanzu, au naivera, isiyo na mikono.
(*b*) Mshipi.

(iii) ASKOFU
(*a*) Mshipi.
(*b*) Pete.
(*c*) Fimbo, au, 'staff'. Imedhaniwa kwamba hao maaskofu walivaa 'Kanzu' nayo, ila neno hilo halikuandikwa wazi katika habari za huo Mkutano wa Toledo uliolitengeneza shauri hili.

Walakini, walikuwapo Mkutano wa Toledo ni maaskofu wa nchi ya Spain tu, wenye mamlaka kule tu. Tofauti kati ya desturi za makanisa mbalimbali imeendelea hata karne ya kumi. Tena, makanisa mengi hayakushika kamwe desturi zile za Toledo.

Kuadhibu Wakristo waliokosa. Twasoma katika Nyaraka za Mtume Paulo jinsi alivyoagiza ya kwamba Wakristo waliotenda madhambi makubwa watengwe kabisa mpaka wenziwao watakapowaona kuwa wametubu kwa kweli (1 Kor. 5 : 5, 2 Kor. 2 : 6-7). Kanisa lilijaribu kujilinda safi kwa kuwatenga wakosaji hapo katika zamani za kwanza. Tena, katika kuwatenga hivyo, ilitumainiwa ya kwamba hiyo adhabu yao itawapa moyo wa kutubia dhambi, wajinyenyekeze, na mwisho wapate kusamehewa na Mungu, na kukubaliwa tena kanisani. Mwuaji, au mzinzi, au mtu aliyekufuru, hao walitengwa kabisa kwa muda mwingi, pengine hata kwa maisha yao. Pengine walipokwisha kutubu, watu hao, hukubaliwa kwa mara moja tu, maana, wakikosa tena, basi, Kanisa halikuwaruhusu kuingia tena kamwe. Kwa makosa mengine wakosaji walizuiliwa Ushirika wa Meza ya Bwana, wasipate ruhusa tena mpaka watakapoonyesha waziwazi kwamba wametubu. Maaskofu ndio waliosimamia mambo kama hayo, ya kuwaamua watu, au kuwapa ruhusa tena kanisani. Kakita karne ya tatu, wakosaji waliotubu walipewa mahali pao ili kuonyesha kuwa wana tofauti, mbele hawajakubaliwa tena kabisa.

Mambo ya maisha, au mwenendo

Kanisa la karne hizo za kwanza lilionyesha hali ile aliyoitabiri Bwana, ya 'Nyavu', na 'Majani shambani', kwa maana, wema na wabaya walikuwamo. Pamoja na haya, waandishi wa Kikristo walipata daima kujisifu, kwa kuandika ya kwamba miendo na maisha ya hao Wakristo yalikuwa na usafi na ubora wa wema zaidi sana kupita maisha ya watu wasiokuwa Wakristo.

Hasa ni ule upendano wa Wakristo wao kwa wao uliowastaabisha watu wengine waliokuwa nje ya Kanisa. Wakristo walisifiwa sana kwa jinsi walivyowaonea huruma watu wanyonge, maskini, wazee, wajane, na mayatima, wakadhalika; tena walivyowahurumia watumwa na kuwatia katika udugu wao sawasawa na mabwana wao; tena walivyowatumikia wenziwao waliokuwa wamefungwa gerezani kwa sababu ya wao kuikiri imani yao; tena walivyosaidiana majira ya njaa na watu wa nchi za mbali, na walivyotoa pesa ili kuwakomboa wale waliofungwa gerezani. Na zamani za shida au dhiki kuu, kama tauni au maradhi, walivyozidi katika huku kusaidia wagonjwa na watu wanyonge.

Na tena, Wakristo wa zamani zile waliona kwamba haikuwapasa wao kufanana na ulimwengu katika michezo yao na ngoma zao; hasa kwa kuwa washenzi katika furaha zao walikosa sana kwa kufuata tamaa zao za macho, na za mwili. Wakristo wengine walizidi sana kujitenga na mambo ya ulimwengu, ili kuweka tofauti zaidi kati yao na watu wa mataifa, kwa kujinyima hata mambo ambayo kwamba yenyewe ni haki. Katika karne ya pili walionekana Wakristo huku na huku waliojikaza sana waishi maisha magumu. Tena, zamani hizo, wengine walianza kufanya vikao vyao wakae pamoja, wamtumikie Mungu tu kwa faragha. Wengine walianza kujitenga kabisa na watu wa dunia, wakae peke yao, wawe mawalii, au watauwa, katika bara zisizo na watu. Nchi ya Misri, na Sham, na Palestine, na Mesopotamia kulikuwako mawalii wengi katika karne ya tatu. Nao waliona kuwa ni hali safi kuepukana na ndoa, na kukataa vyakula vilivyo vizuri. Watu hao waliona kwamba ni msaada kujitenga hivi na mambo ya duniani, wapate nafasi ya kumfikiri Mungu tu, basi. Lakini, baadhi yao walikaza ugumu wa maisha hata kujiingiza katika uzushi, yaani kukiri ya kwamba vitu vilivyoumbwa naye Mungu vi vibaya. Jambo hilo likauharibu Ukristo wao wa zamani zile.

5
Wanafunzi wa Mitume wa Bwana Maandiko ya Kikristo, katika zamani hizo za kwanza

Wanafunzi wa Mitume, au 'Apostolic Fathers'

WAZEE walioitwa 'Apostolic Fathers', au 'Mababa wa Kanisa' ni hao walioishi zamani za Mitume na kujuana nao, na kufunzwa na wao, kisha wakawa kuliangalia Kanisa wenyewe. Hawa watatu, *Clement*, (Klementi) na *Ignatius*, (Ignatio) na *Polycarp*, (Polikapo) hupewa jina hilo la 'Baba', kwa kuwa maandiko yao yameheshimiwa, tena yana nguvu, kwa maana ni watu wenye habari ya ada za Mitume wenyewe na desturi zao, na maneno yao. Tena, ni kama kusema kwamba waliilinda imani ya Kanisa, wasikose. Kisha, Wakristo wote wanakubali maneno yao. Sifa zao, lakini, si kwa ajili ya vyuo vyao walivyoviandika kuwa ni vingi, la, afadhali sifa zao ni tabia yao njema, na wema wao, na ubora wa ushahidi wao kwa Mitume. Hao mababa watatu wote waliandika katika lugha ya Kiyunani, na katika maneno yao tunao ushuhuda mmoja wa makanisa matatu, maana, Klementi alikuwa mtu wa Rumi; Ignatio ni wa Antiokia (Syria), na Polikapo ni wa Smirna, mji wa Asia Ndogo (Ufu. 2:8). Hao walikuwa watangazaji wa Injili, si waandishi wa Tarehe: hawakujishuhulisha kuandika vizuri na hodari, la, kwa sababu siyo kazi yao kushindania imani yao, ila waliwathibitisha ndugu zao walioishika imani. Hawakutoa mafunzo ya kutengezwa kama kazi ya waalimu: husema tu 'Sisi twaamini, tukafundishwa haya na haya', maana walivyopokea kwa hao Mitume. Hawakuandika vizuri sana kama hao walioviandika Vyuo vya Agano Jipya, kwa maana, kuna tofauti kati ya hao na wale waliovuviwa na Roho Mtakatifu makusudi kwa kazi hiyo ya kuandika Biblia. Pamoja na hayo, maandiko yao yanaonyesha nia njema sana, na imani nyingi, na upendo mwingi kwa Mungu : na habari hizi zinaonekana pia katika kuteswa kwao, na kuuawa kwao kwa ajili ya Bwana Yesu. Nyaraka zao, basi, ni kama maandiko matakatifu. Ni kama mtu kumwandikia ndugu yake, ili kumthibitisha, na kumwonya, na kumshauri, apate kuwa hodari katika imani. Twaona kwamba wazee hao hawataji vyuo vya Agano Jipya kwa jina la kila chuo, ila huleta maneno yaliyoandikwa katika Agano Jipya pasipo kusema ni ya chuo fulani, wakisema 'kama ilivyoandikwa'. Ila hayo wanayoyaleta ni ushahidi wa kweli kwa Injili na Nyaraka.

(*a*) *Clement wa Rumi*

Huyo amedhaniwa kuwa ni yule Klementi aliyetajwa na Mtume Paulo katika Wafilipi 4 : 3. Twadhani kwamba alikuwapo Rumi mwaka A.D. 52, alipotawala mfalme Claudius. Kisha alikuwapo Rumi mwaka A.D. 58, maana, mwaka ule alipoandika Mtume Paulo huo Waraka kwa Warumi. Hapana budi Clement alionana na Paulo, hapo Mtume aliposafiri na kuufikilia mji huo. Yamkini alionana na Petro naye. Katika kuandika kwake, Clement amewataja hao wawili, Petro na Paulo, akiwaita 'Mitume wema'. Mfalme Nero wa Rumi aliwatesa Wakristo tokea mwaka A.D. 64 mpaka 68, wakati alipokuwapo Clement. Mwaka 91 aliwekwa awe Askofu wa Rumi.

Clement amejulikana zaidi kwa ajili ya Waraka wake aliowaandikia Wakorintho. Aliwaandikia kwa sababu ya huo utesi wao na kujadiliana, vilivyotokea tena kama vilivyokuwa katika siku za Paulo (1 Kor. 1 : 12). Si kwamba Clement alikuwa na nguvu juu ya wale Wakorintho, la, ila waraka wake ndio hasa Waraka wa Wakristo wa Rumi waliouandika kwa rafiki zao waliokaa katika mji wa Korintho, wakiuandika kwa mkono wa Clement, askofu wao. Twadhani Waraka huo uliandikwa mwaka A.D. 96, nasi tukiusoma twaona kwamba Clement alileta maneno mengi ya Agano Jipya : anayaleta kama walivyozoea watu hao hayo aliyowaletea. Waraka huo ulikuwa ukisomwa katika kanisa la Korintho, na miji mingine baadaye, ukitiwa pamoja na vyuo vya Agano Jipya, ujapokuwa haukuhesabiwa kuwa ni chuo kitakatifu cha Mungu hasa. Kulikuwa na waraka wa pili kwa Wakorintho, uliohesabiwa kuwa ni wa huyo Clement, ila waalimu wenye maarifa zaidi husema kwamba sio wa Clement huyo, ila ni wa mtu mwingine aliyeitwa kwa jina lilo-hilo la Clement. Watu wasema ya kwamba Clement aliuawa kwa ajili ya Bwana Yesu, katika mateso ya siku zile, kwa kutupwa baharini, akiisha fungwa nanga shingoni.

(b) *Ignatius wa Antiokia*

Ignatius alikuwa askofu wa Antiokia, mji ule wa Shamu, watu walipoitwa kwanza 'Wakristo'. Alipokuwa amelisimamia kanisa hilo muda wa miaka arobaini na zaidi, Mfalme Trajan wa Rumi alikuja huko, akamwita Ignatius, akamwuliza-uliza habari za Ukristo wake. Kwa maana, siku zile Wakristo walikuwa wakifanya ibada zao kwa siri, kwa sababu ya uadui wa wale washenzi: nao walishtakiwa kwamba wafanya uchawi, na mambo mabaya, kama kula nyama ya watu, kuwachinja watoto wawe sadaka, kuabudu kichwa cha punda, na mengineyo kama haya. Huyo Kaisari Trajan akamwuliza Ignatius habari hizo, kisha akamwuliza sababu ya yeye kuikataa miungu ya Kirumi na kuwafunza wafuasi wake waikatae nao. Ignatius akamwungama Kristo kwa ushujaa, kwamba ndiye Mungu wake. Mwisho, akahukumiwa mauti ya kuraruliwa na wanyama wakali huko Rumi. Imedhaniwa kwamba yule Kaisari alifikiri moyoni ya kwamba atapata kuwatisha Wakristo wote, kwa kumhukumu yule mzee hukumu mbaya hivyo: akadhani kwamba wataogopa sana sana, wakimwona askofu wao kutupwa hivi kwa masimba, naye alikuwa ni mzee sana. Lakini Ignatius aliposikia habari ya hukumu yake, alianza kuimba na kumshukuru Mungu, kwa jinsi atakavyopata kumshuhudia Mwokozi wake kwa njia ya mauti. Ni safari ndefu kwenda Rumi kutoka mji wa Antiokia; kisha huyo alifungwa minyororo, akitiwa mikononi mwa askari kumi, askari waliokuwa wakali sana, ili alindwe: na hao askari walimpiga-piga na kumsumbua kama walivyopenda. Katika waraka wake mmoja Ignatius ameandika habari za wale askari, akisema kwamba walikuwa kama chui kwa ukali wao. Tena, safari yake ilikuwa katika siku za baridi. Habari za safari hiyo ikaenea kote-kote, na watu wengi walikutana-kutana njiani ili kumwangalia akipitia, naye akawahubiri na kuwafundisha sana, huku akimsifu

Mungu kwa vile alivyopewa heshima hiyo ya kufa kwa ajili ya Yesu Kristo. Zaidi waliokutana hivi njiani ni Wakristo, waliokuja ili kumtuza moyo, na kumthibitisha katika imani yake. Yule mzee Polycarp naye alikuja, huyo aliyekuwa mwanafunzi wa Mtume Yohana, akamkuta njiani. Basi, katika safari yake, njiani aliandika nyaraka saba: kwa Wakristo wa Efeso, na Magnesia, na Tralles, na Rumi, (hizo nyaraka nne aliziandika alipokuwako Smirna); na kwa Filadelfia, na Smirna, na moja kwa mzee Polycarp (hizo tatu aliziandika alipokuwako Troa). Waraka huo kwa Warumi ulipelekwa kwa njia ya kukata, ukafika Rumi mbele yake. Aliwaomba sana Warumi wasijaribu kumzuia asife, kwa maana, alisema 'Mimi ni kama ngano ya Mungu, nami imenipasa kusagwa kama ngano kwa meno ya hao nyama wakali, niwe mkate ulio safi wa Mungu.' Mwisho wa safari yake, alipofika Rumi, akapiga magoti pamoja na Wakristo waliomlaki, kisha akapelekwa nyumba ya machezo, na kutupwa kwa wale wanyama wakali, mbele ya macho ya mkutano mkubwa wa watu, naye akararuliwa na hao wanyama, na kuliwa. Iliyobaki ni mifupa yake iliyo mikubwa, hiyo tu; Wakristo wakaikusanya, wakaizika huko Antiokia, A.D. 107.

(c) *Polycarp wa Smirna*

Polycarp alikuwa mwanafunzi mmoja wa Mtume Yohana. Wengi wanadhani ya kwamba ndiye huyo aliyetajwa katika Chuo cha Ufunuo, akiitwa 'malaika wa kanisa iliyo Smirna' (Ufunuo 2 : 8). Alizaliwa kama A.D. 70, mwaka huo Yerusalemu ilipobomolewa, basi kwa hivyo umri wake Polycarp ulipata kama miaka thelathini alipofariki Mtume Yohana. Hatuna habari ya wazazi wake, lakini tunajua kwamba walikuwa Wakristo. Tena, hatuna habari nyingi zake yeye mwenyewe: tulizo nazo ni hizo alizoziandika huyo Ireneus, askofu wa mji wa Lyons, nchi ya France, aliyekuwa mwanafunzi wake. Twajua kwamba Polycarp alisafiri kwenda Rumi, akamshauri Anicetus, askofu wa Rumi, habari ya siku gani watakayoishika kuwa ni siku ya Pasaka. Mwenyewe aliona vyema kushika siku ya 14 ya mwezi wa Nisan, ikiwa siku yo-yote ya juma. Kwa ajili ya tabia yake kuwa njema sana sana, Polycarp aliheshimiwa na Wakristo wote, wa nchi mbali-mbali, akaitwa 'baba'. Wakristo wa Smirna, walipoteswa katika mateso ya Kaisari Antoninus Pius, wakawa mashujaa mno, hata adui zao wakakasirika, nao kwa hivyo wakataka askofu afe naye. Askari walipokuja kumshika

Polycarp, akawaandalia chakula, nao walipokuwa wakila, yeye mwenyewe aliomba. Alipopelekwa mbele ya mwamuzi, huyo mwamuzi akajaribu sana kumgeuza nia: akamsihi-sihi sana aichinjie sadaka hiyo miungu ya Kirumi. Polycarp akakataa, ndipo mwamuzi aliamuru apigwe sana, hata mguu wake ulivunjika, kisha akampeleka kuuawa. Alipofika nyumba ya machezo, Polycarp akasikia sauti iliyotoka mbinguni, ikinena 'Polycarp, uwe na ushujaa'. Mwamuzi akamwuliza tena kwamba atakubali kumkana Kristo, asije akauawa: Polycarp akamjibu, akamwambia kwa sauti kuu 'Mimi nimemtumikia Yesu Kristo, sasa yapata miaka kama themanini na sita, naye hajanikosa hata mara moja: je! nawezaje mimi kumkana sasa huyo aliye Mwokozi wangu, kisha Mfalme wangu?' Alipoonekana kuwa haogopi hao wanyama wakali, yule mwamuzi akaamuru ateketezwe kwa moto. Askari wakamfunga kwa minyororo ya chuma, wakazitengeneza kuni, naye hakufanya lo-lote isipokuwa kuomba tu. Askari wakauwasha moto, lakini kuna hadithi kwamba upepo mkuu ukavuma ukairusharusha miali ya moto huo, hata ikakataa kumwumiza. Ndipo askari mmoja akamtia upanga kifuani, damu nyingi zikamtoka, hata zikauzima huo moto. Ndipo alipokufa huyo mzee, lakini wale askari, kwa sababu hawakutaka Wakristo wapawe yule maiti, wakatia tena moto, na kuziwasha hizo kuni, maiti akateketezwa. Wakristo wakaikusanya mifupa iliyobaki, wakaizika siku hiyo iliyokuwa mbele ya Siku ya Ufufuo, A.D. 155. Sasa tuna chuo kimoja tu alichokiandika yeye, nacho ni waraka aliowaandikia Wafilipi. Chuo hicho kina milango kumi na minne, kisha kiliandikwa hapo alipokwisha kufa yule Ignatius, ambaye tumesoma habari zake hapo juu: maana, Ignatius ametajwa kwa jina mara mbili katika waraka huo. Ndani yake, twasoma maneno mengi yaliyotwaliwa katika Biblia, hasa katika Agano Jipya. Zaidi ni maneno ya Mtume Paulo yaliyotajwa: kisha Paulo mwenyewe ametajwa kwa heshima nyingi. Huyo Polycarp alipokufa hivi, hawakubaki tena wengine waliokuwa wanawajua Mitume: huyo ndiye wa mwisho katika wanafunzi wao walioitwa Mababa wa Kanisa.

Maandiko ya Kikristo, Katika Zamani Hizo za Kwanza

Zaidi ya maandiko ya hao Mababa watatu, yako maandiko ya Wakristo wengine wa karne hiyo ya pili, kama: 'Waraka wa

Barnaba', na Chuo cha Hermas, kinachoitwa 'Mchungaji': na Chuo cha Papias, kinachoitwa 'Maelezo ya maneno yake Bwana': na Chuo kinachoitwa 'Didache', au 'Mafunzo ya Mitume kumi na wawili'.

(a) *'Waraka wa Barnaba'*. Chuo hiki chaonekana pamoja na chuo kingine kilichoitwa 'Mchungaji'; vyuo hivi vimejalidiwa mwisho wa vyuo vya Agano Jipya. Kwani kufungwa hivi pamoja? (i) Labda vilikuwa vikisomwa kanisani mbele ya watu. (ii) Labda vilitiwa hivi ili kuvilinda salama, vijapokuwa vilihesabiwa havina ubora sawasawa na vyuo vya Biblia, kwa kuwa vinawekwa mwisho, baada ya Chuo cha Ufunuo. Waalimu wengine waona kwamba chuo hiki kiliandikwa na huyo Barnaba Mtume, ila hatuwezi kukikubali kwamba ni chuo cha Biblia hasa. Wengine wasema si kazi ya huyo Mtume, ila ni ya mtu mwingine aliyeitwa kwa jina hilo la Barnaba. Waraka huo unaleta tafsiri ya Sheria, si kama walivyozoea Wayahudi, ila kwa maana yake ya ndani, tena ya rohoni. Tena, Waraka huo wasema kwamba Wayahudi walikosa kwa walivyoyalinda maneno ya nje tu, pasipo kuyaangalia yale maana yake ya ndani, ya rohoni. Tena waonyesha kwamba Kanisa ni mrithi wa hayo maandiko ya Agano la Kale. Pamoja na hayo, ni shida kuukubali kuwa ndio waraka wa yule Mtume Barnaba, kwa sababu mna hadithi nyingine-nyingine za upuzi ndani yake, na mafunzo yasiyo na maana, ambayo kwamba yanatangamana na mafunzo yenye maana sana.

(b) *'Mchungaji'*. Mtu mmoja, jina lake akiitwa Hermas, alikiandika chuo hiki. Kiliandikwa zamani hizo za kwanza, kikaitwa jina lake 'Mchungaji', kwa sababu huyo aliyekiandika anasema kwamba malaika alimtokea katika ndoto yake ya usiku, hali amevaa mavao ya mchungaji wa kondoo, akampa mafunzo hayo yaliyoandikwa humo chuoni. Waalimu wengine wanadhani ya kwamba huyo mwandishi wa chuo hiki ndiye yule Herima, aliyetajwa katika Warumi 16:14, lakini hatuna hakika: labda ndiye, labda siye. Tunakubali lakini kwamba chuo hiki ni cha thamani, kama kazi ya hao Apostolic Fathers. Lakini Wakristo wote waona kwamba si chuo cha Mungu, maana cha kanuni, ijapokuwa hao wa zamani zile walikuwa wakikisoma makanisani, mbele ya watu, kuonyesha namna ya dini na imani yao. Chuo hicho ni chuo cha ufunuo, kama chuo kile cha Yohana Mtakatifu, tena kilitiwa, pamoja na kile chuo cha Barnaba, katika vyuo vya Agano Jipya, mwisho wake. Chaonyesha jinsi inavyowapasa Wakristo kutubia hizo dhambi wanazozitenda baada ya kubatizwa, kwa maana, ubatizo siyo shabaha ya mwisho.

(c) *'Maelezo ya maneno yake Bwana'*. Imedhaniwa kwamba huyo Papias aliyekiandika chuo hiki ni mwanafunzi wa Mtume Yohana, tena yule Polycarp alikuwa ni mwenziwe. Kwa hivyo huhesabiwa kuwa ni mtu mwenye kuangaliwa kama 'Apostolic Fathers' pia. Alikiita chuo chake 'Maelezo ya maneno yake Bwana', kwa sababu alikusanya habari zake Bwana kwa vinywa vyao waliomjua, na waliomsikiza. Alikusudia kueleza watu hizo habari za mafunzo yake Kristo na maisha yake yote, lakini sasa hatuna maelezo yake yote, ni kama masaza tu yaliyohifadhiwa na waandishi wengine. Huyo Papias alikuwa askofu wa Hierapoli, nchi ya Frigia, naye anataja katika chuo chake watu, wanafunzi wa Yesu, ambao alikuwa akizungumza nao: kisha asema kwamba alikuwa rafiki wa Polycarp. Hivi imedhaniwa kwamba alizaliwa kama mwaka A.D. 60-70, na kwamba chuo chake kiliandikwa kama A.D. 130-140. Ndiye anayetueleza ya kwamba Marko alizipata habari za Bwana kwa kinywa cha Petro, na kutu mbia jinsi Marko alivyomwandama Petro kila alikokwenda kuhubiri, na kuandika maneno yake. Anasema pia ya kwamba Mathayo aliandika Injili yake kwa lugha ya Kiebrania.

(d) *'Didache', au 'Mafunzo ya Mitume hao kumi na wawili'* Humkini chuo hiki ndicho chuo cha kwanza cha katika Kanisa chenye maagizo ya ada, au mambo ya ibada ya Ukristo, ambacho kimetueleza jinsi walivyoabudu hao Wakristo katika siku hizo za kwanza. Hatujui sisi ni nani aliyekiandika chuo hicho; hatuna habari ya jina lake, wala daraja yake; ila ametuonyesha jinsi Wakristo wa kwanza walivyofanya Karamu ya Bwana; na jinsi walivyofanya ibada yao ya kila siku, tena jinsi walivyowabatiza watu. Kwa asili yake ni chuo chenye maagizo ya kuwasaidia waalimu, na maagizo kwa Wakristo katika kazi zao makanisani, wapate kufundishwa vyema. Humkini chuo hicho kiliandikwa kama A.D. 160, ila hatuna hakika. Na ndani yake yameandikwa mambo kama hayo yafuatayo:

(i) Wanatakwa watu kufundishwa majibizano, yaani, Katekism, kabla wasijabatizwa.

(ii) Zatumiwa zile amri kumi, pamoja na Hotuba ya Mlimani, kuwaeleza watu, na kuwafundisha habari za ada njema na maisha mema.

(iii) Watu wa zamani zile walibatizwa kwa kuzamishwa mara tatu majini.

Lakini, ikiwa shida ya maji, inatosha kumiminia maji kichwani mara tatu, kwa jina la Baba, na Mwana, na Roho Mtakatifu.

(iv) Walifanya Karamu ya Bwana kwa shukrani.

(v) Sala ya Bwana hutumiwa mara tatu kila siku.

(vi) Siku ya Bwana, walikutana, wakiumega Mkate kwa shukrani.

(vii) Walikuwako Maaskofu na Mashemasi, tena "uhudumu wao kwenu ni sawa na uhudumu wa manabii na walimu. Kwa hiyo, msiwadharau."

(viii) Wakristo walionywa kumngoja Bwana Yesu kurudi kwake, na kuomba vivyo kwamba arudi.

(ix) Mwandikaji wa "Didache" aliitumia mistari mbalimbali ya Injili ya Mathayo Mt., iliyojulikana zamani zake.

6

Wateteaji wa Dini

Apologists, au, Wateteaji wa Dini

KATIKA siku za kwanza Wakristo waliudhiwa pasipo kujitetea, lakini baadaye, Kanisa lilipozidi kuingiliwa na watu, tena hao wafalme wa Rumi walipokuwa na kiasi zaidi, Wakristo wengine waliandika 'Apologies', au 'Maneno ya kujitetea'. Hasa ni hao waalimu wa Kiyahudi, watu hodari kwa maarifa, waliojitetea hivi: wakiieleza dini ya Ukristo jinsi ilivyo, na kuonyesha ushuhuda wa kuzuia huko kuadhibiwa kwao; kwa mahubiri, na kwa vyuo; kwa uhodari wa kuhojiana, na kujadiliana. Katika hao 'Apologists' wengine waliandika kwa ajili ya Wayahudi, na wengine kwa ajili ya Washenzi:

(a) Wakiwaandikia Wayahudi, walionyesha ya kwamba dini hii ya Yesu Kristo inatengeka na dini ya Kiyahudi. Kisha walikuwa na haja ya kuwajibu wale Wayahudi maneno mawili, nayo ni haya:

(i) Walivyosema Wayahudi kwamba Yesu Mnazari kwa maisha yake ni mtu mnyonge; maana, ni seremala tu, hana cheo, wala mali. Basi Wayahudi walisema ya kwamba hizi sizo habari za Kristo aliyeahidiwa, kwa sababu manabii waliandika ya fahari na enzi na nguvu zake.

(ii) Na hayo mafunzo ya Bwana Yesu kuwa ni Mungu, Wayahudi waliyaona kumtukana Mungu, na kuupinga huo Umoja wake. Mambo hayo mawili waliyatetea sana.

(b) Tena, wakiwaandikia Washenzi, walisema kwamba haikuwezakana kamwe dini ya Yesu Kristo kuhesabiwa kama dini zao mojawapo; hiyo husimama pekee. Kisha, walikuwa na haja ya kujitetea, kwa vile walivyoshtakiwa Wakristo na hao Washenzi kama hivi:

(i) Ni watu wabaya kama waasherati, wenye kula nyama ya watu, wakadhalika: lakini mashtaka kama hayo yalikoma wakati wa kama A.D. 200

(ii) Ni wakana Mungu, kwa sababu hawakuona sanamu katika ibada za Kikristo.

(iii) Ni wafitini juu ya Serkali: neno hili walilipinga Wakristo kwa kuwakumbusha jinsi walivyotenda mema siku zote, na kumwombea huyo mfalme.

Na tena, katika kuitetea dini yao, walitegemea sana huja tatu, nazo ni hizo:

(i) Miujiza aliyoifanya Bwana Yesu.

(ii) Waliieleza mifano iliyo ndani ya Agano la Kale, maana ni ile iliyomlenga Kristo, na kuonyesha ya kwamba hao manabii wa zamani walitabiri ya kufa kwake Kristo.

(iii) Wakaonyesha kwamba tangu alipokufa Yesu hapana tena unabii, wala baraka za Mungu kwa taifa hilo la Wayahudi.

Kisha, walishuhudia sana wema wao Wakristo, na jinsi walivyowasaidia wagonjwa na maskini: na walivyomwungama Kristo kwa uthabiti wote, ijapokuwa ushujaa wao ulileta mateso zaidi: tena walivyostahimili wakiudhiwa au kufukuzwa. Tena, walisema 'Angalia, jinsi dini yetu ilivyoenea nchi zote, ijapokuwa tunateswa kote-kote; hamwoni kwa hivyo kwamba ni ya Mungu dini hii' ? Tena, hao 'Apologists' walifanya zaidi ya kutetea dini yao tu:

wakaendelea kusema maneno yao juu ya dini za mataifa, na zaidi waliunenea huo uchafu na uasherati wa dini za wale Washenzi. Hapo kwanza hawakutambua hata neno moja lililo jema katika dini za mataifa. Lakini baadaye hao Apologists wa Kiyunani walianza kukosa, kwa kutaka mno kutafuta mambo mema katika dini hizo za uongo, huku wakidhani kwamba wataweza kuwaridhisha adui zaidi hivyo, na kuuondoa ukali wa uadui wao.

Iko tofauti ya maandiko ya 'Apologists' na yale ya 'Apostolic Fathers'. Hao wazee wa zamani za Mitume, walioitwa Apostolic Fathers, hawakuwa na elimu sana: basi katika maandiko yao walikaza zaidi kueleza tu kukiri kwao, maana, makubalio ya imani yao, na kusema 'Ndivyo tunavyoamini sisi: ndiyo imani yetu'. Ila hao Apologists walitumia zaidi ile filosofia (philosophy) Wakol. 2 : 8; maana walionyesha mafunzo na elimu waliyokuwa nayo, na kutunga maneno yao kwa uhodari wa maarifa. Baadhi yao walikuwa watu wazima walipoongoka, nao walikuwa wamekwisha kuonja dini mbili tatu, wasipate kuona amani rohoni wala raha katika dini hizo. Ndiposa walikuwa hodari katika kuitetea hiyo dini ya Kikristo, iliyokuwa imewapa amani ile ambayo kwamba wameitafutatafuta kwa miaka mingi.

(a) *Justin Shahidi*. Katika hao Apologists, mmoja aliye mkuu ni huyo Justin, ambaye ameitwa Justin Martyr (yaani, Shahidi). Huyo alizaliwa mwanzo wa karne ya pili katika nchi ya Samaria. Wazazi wake walikuwa washenzi, naye alilelewa yeye katika mambo yao. Alipokuwa mtu mzima alianza kutafuta hakika ya yale mafunzo ya waalimu wa siku zake. Akajifunza elimu ile iliyoitwa filosofia, lakini, asiwe radhi nayo, kwa sababu aliona batili zake. Mwenyewe alipenda zaidi mafunzo ya Mastoiko, maana, ni mtu kujizoeza kuvumilia maumivu, au taabu, au mashaka, kwa uhodari wote, na kufurahi (Mat. 17 : 18), lakini roho yake ilisikia kutaka zaidi ya hayo. Basi alipoona Wakristo wasiogope hata mauti, ijapokuwa ni mauti ya kutisha, na tena wasivyovutwa na tamaa za mambo ya dunia, ndipo alipoona kwamba dini yao ni ya kweli. Alikubali kuwa Mkristo kwa kusoma sana vyuo vya mababu, katika Agano la Kale. Siku moja alipokitembea pwani akifikiri-fikiri mambo ya dini, akamwona mzee mmoja, akaingia kuzungumza naye. Mzee huyo akamwambia kwamba ni kazi ya bure kutafuta-tafuta hekima katika vyuo vya filosofia; kisha, kwamba atapata kujua kweli akisoma vyuo vya Wayahudi, maana, Agano la Kale, na kuangalia jinsi maneno yake yalivyotimilizwa katika Yesu Kristo. Justin akalishika shauri hilo, akasoma na kuvipeleleza sana vyuo hivyo, akaongoka, akawa Mkristo. Basi, kwa kujitaja alijiita Mfilosofia wa Kikristo. Akaendelea kuvaa joho lile refu la kifilosofia, akawafundisha watu, lakini neno alilolifunza si neno tena la filosofia hasa, ila ni hekima na elimu ya Kikristo. Akakaa sana Rumi, akajiliwa na watu wengi ili wajifunze elimu hiyo iliyowapata sana. Basi, akasitawi sana katika kufundisha kwake, na tokea hapo wale Mafilosofia wa kishenzi wakamwonea wivu, naye alishtakiwa na mmoja wao aliyeitwa Crecens, kwa fitina, na mambo mengi ya uongo. Basi, alipopelekwa mbele ya mwamuzi, ashtakiwe, mwamuzi akamwuliza sana habari za imani yake, na ya makusanyiko ya Wakristo. Justin akamjibu, akamwambia 'Naamini kwa Mungu Mmoja, na kwa Mwokozi Mmoja, naye ni Yesu Kristo, Mwana wa Mungu'; asiseme neno lolote kuwasaliti ndugu zake, wapate hasara. Mwamuzi akajaribu kumtisha, akimwambia ya kwamba atapigwa na kuuawa. Justin akajibu na kumwambia 'Mateso ya ulimwengu huu si kitu kuliko utukufu walioahidiwa Wakristo katika maisha ya milele'. Mwisho yeye, na wengine walioletwa katika hukumu pamoja naye, waliulizwa kwamba watakubali kuichinjia miungu ya kishenzi sadaka, wasikubali, wala hawakukubali kuikana imani yao. Ndiposa wakahukumiwa wauawe, wakakatwa vichwa wote, A.D. 166. Huyo Justin, kwa alivyoishuhudia Injili hivyo, tena akafa kwa ajili yake, akapewa jina hilo la 'Shahidi', naye anajulikana hivyo hata siku hii ya leo.

(*b*) *Tertullian.* Tena, katika hao 'Apologists' walioitetea dini, mmoja aliyekuwa mkuu ni Mkristo mmoja wa Afrika, aliyeitwa jina lake Tertullian. Huyo alizaliwa Karthago (Carthage), A.D. 160; alikuwa na maarifa mengi, akawa wakili, au, mwalimu wa sheria. Mwaka A.D. 192 aliongoka, akawa Mkristo. Baadaye akamwandikia liwali mmoja wa Afrika maombi yenye nguvu sana kuomba kwamba Wakristo wapewe haki, wakishtakiwa neno lolote mbele ya waamuzi. Naye, katika barua hiyo, aleta habari za jinsi dini ya Kikristo ilivyoongezeka, akisema 'Tumejaza miji yenu, na visiwa vyenu, na ngome zenu, na miji yenu mikubwa, wakadhalika, ijapokuwa sisi tu watu wa jana tu'. Huyo Tertullian akaendelea kuandika nyaraka kadhawakadha, katika habari za mateso yaliyotokea chini ya amri ya mfalme Severus, wa Rumi, akawafaa sana sana Wakristo wa zamani zile, na kuwasaidia. Lakini baadaye, nalo ni neno la kutusikitisha sana, Tertullian aligeuka, na kuwaandama watu hao walioitwa 'Montanist', maana, ni watu waliomfuata mwalimu mmoja wa uongo, aliyeitwa Montanus. Watu hao walijisema kuwa ndio wenye kunena kwa sauti ya Roho Mtakatifu, wakihubiri ya kwamba Bwana Yesu hana budi atarudi kwa upesi, maana, katika siku hizo zao. Basi, huyo Tertullian naye aliingia katika kundi hilo la Montanists, akaliacha Kanisa la kweli, na tangu wakati huo alianza kuliandikia vibaya Kanisa katika maandiko yake. Ila, mbele ya Wayahudi na makafiri, alipojadiliana nao, akazidi kuitetea Injili, na kuyathibitisha mafunzo yake. Kisha, kwa sababu yeye alikuwa mtu wa elimu, na wa akili sana, maandiko yake yakaenea pande zote, tena yakawafaa Wakristo. Akiisha kufa Tertullian, watu hukumbuka vitendo vyake vilivyo vyema, kuliko mambo aliyoyaharibu, na jina lake hutajwa siku zote kwa heshima.

7

Mateso mikononi mwa Makaisari

Mateso Makuu

(1) *Mateso katika enzi ya Kaisari Trajan*, A.D. 98-117

MATESO hayo yanaitwa mateso ya tatu, kwa sababu yanayafuata hayo ya Nero na Domitian (angalia hapo juu). Kaisari Trajan hakuwa mtu mbaya: tabia yake ilikuwa njema, kisha alitawala kwa haki. Lakini alisikia mashtaka mengi kwamba Wakristo ni watu wabaya, wenye hatari. Akaambiwa kwamba wao wafanya kikao cha siri, gizani; nao wana alama zao za siri: kisha hufitini Serkali: ndivyo alivyoambiwa. Basi, mfalme huyo alizipigia marufuku jumuia zote zenye siri zao; ikawa hivi kuwatafuta Wakristo washtakiwe kwa maliwali. Wakaonekana kwamba wamezidi sana kuwa wengi, lakini walipoulizwa ikaonekana kwamba hawana hatia. Hata mtu mmoja mkuu aliyejulikana sana, yaani, liwali wa Bithinia, aliyeitwa Pliny, alimwandikia bwana wake Kaisari Trajan, kusema 'Je! nifanye nini na hao Wakristo, tunaowaona kila mahali? Labda si haki kuwaudhi bure watu hawa.' Huyo mfalme Trajan akamjibu, akasema 'Usiwatafute-tafute, lakini wakishtakiwa, nao hawataki kutubu, na waadhibiwe kwa kuuawa'. Nayo majibu hayo yake Trajan yakawa kama amri ya kwanza ya katika sheria ya Warumi juu ya Wakristo, A.D. 112. Basi katika enzi yake Trajan mashahidi maarufu wawili waliuawa, nao ni (*a*) *Simeoni*, askofu wa Yerusalemu. Huyo Simeoni alikuwa mtu wa kabila ya Yuda, katika kizazi cha Daudi; labda alikuwa katika jamaa zake Bwana Yesu, maana, mwana wa huyo Klopa (Yoh. 19 : 25). Aliwekwa na Wakristo awe askofu wa mji wa Pella, hapo walipokimbia huko katika kuanguka kwake Yerusalemu. Wakristo waliporudi Yerusalemu, kutoka Pella, wakaja naye, wakamweka awe askofu wa Yerusalemu. Wayahudi lakini wakamfitini kwa Warumi wakamshtaki sana kwa wivu wao, akahukumiwa, na kuteswa vibaya, ajapokuwa ni mzee sana sana, umri wake wapata miaka kama 120: mwisho akasulibiwa, A.D. 107. (*b*) *Ignatius*, askofu wa Antiokia (habari zake huyo imeandikwa juu).

(2) *Mateso katika enzi ya Kaisari Hadrian*, A.D. 117-138.

Zamani za huyo hatuna habari nyingi za Wakristo, ila huonekana kwamba waliwaondokea watu juu yao huku na huku kote-kote. Shahidi mmoja mkuu aliyeuawa ni Teleseforo, askofu wa Rumi. Si Wakristo tu walioudhiwa na Hadrian: pia aliwaudhi sana hao Wayahudi, akijaribu kuikomesha dini yao. Tena, akawaamuru maliwali wake wasiwatese Wakristo bure, ila wayapeleleze kwanza hayo mashtaka waliyoshtakiwa.

(3) *Mateso katika enzi ya Kaisari Antoninus Pius*, A.D. 138-161

Zamani zake huyo Wakristo waliteswa kwa ukali kwa ajili ya misiba hiyo mingi iliyowatokea Warumi, kama tauni, na mitetemo ya nchi katika Asia Ndogo, ambayo kwamba Warumi walisema kwamba imetokea kwa ajili ya dini hiyo ya Kikristo iliyowachukiza miungu yao. Shahidi mkuu aliyeuawa chini ya enzi yake mfalme huyo ni yule mzee Polycarp, A.D. 155, ambaye habari zake zinaandikwa juu, pamoja na wengi wengine wasiojulikana kwa majina.

(4) *Mateso katika enzi ya Kaisari Marcus Aurelius*, A.D. 161-180

Kaisari huyo alikuwa Mstoiko (Mat. 17 : 18), kisha alikuwa mwandishi wa vyuo. Alikuwa Mfilosofia, tena ni mtu wa tabia njema, ila aliwadharau Wakristo, akiona kwamba dini yao si kitu. Mwenyewe hakuwatesa sana Wakristo kwa amri yake yeye, ila aliacha watu wake kuwatesa pasipo kuwakataza. Tena tunasikia kwamba aliweka wapelelezi kuwasingizia Wakristo, hata na kuwaacha waumizwe, ili kwamba waungame siri zao. Katika enzi yake mfalme huyo twasoma hadithi moja ya askari zake waliokuwa Wakristo. Kwa vile walivyo hodari, na kuwa na ushujaa mno-mno vitani, jeshi lao lilipata kuitwa 'Jeshi la Ngurumo'. Mfalme Marcus Aurelius alipopigana vita na adui zake, pande za Melitene, kando ya mto wa Farati, hao adui waliwazuia majeshi yake wasifike mtoni kuteka maji, na majeshi yote ya Warumi walikuwa katika hatari ya kufa kwa kiu. Basi, askari hao wote wa 'Jeshi la Ngurumo' walipiga magoti wakamwomba Mungu alete mvua: mara moja dharuba kuu ikatokea, mvua ikawaletea maji ya kutosha kunywa, tena umeme na radi vikawapiga sana sana adui zao, hata kuwakimbiza. Ndiyo sababu ya pili ya jeshi hilo kuitwa 'Jeshi la Ngurumo'. Baadaye lakini askari hao walishtakiwa kwa fitina, na yule mfalme wao aliwataka wamkane Kristo; wakakataa kabisa kumkana, ndipo mfalme akaamuru wauawe; basi hawa wote walikubali kuuawa na askari wenziwao, wakiweka nchi silaha zao wakafa kama kondoo, wasijitetee. Hapana mmoja miongoni mwao aliyejaribu kujilinda, wala hakuna mmoja aliyekubali kumkana Bwana wake.

Tena, alipotawala Marcus Aurelius, Wakristo wa makanisa ya Lyons na Vienne, walifukuzwa watoke katika nchi ya Ufaransa (Gaul), kama A.D. 177, na yule askofu wa mji wa Lyons, aliyeitwa Pothinus, aliuawa. Wenyeji wa miji hiyo wakawafanyia fitina na kuwaudhi mno Wakristo: wengine walikamatwa wakafungwa mahali pabaya sana; wengine wakaachwa humo wafe kwa njaa; wengine wakafa kwa uvundo wa pahali pale pachafu. Yule mzee Pothinus, mwenye umri wa miaka tisini, aliletwa mbele ya liwali kushtakiwa, ajapokuwa yu mgonjwa sana, ugonjwa wa siku nyingi. Liwali akamwuliza 'N'nani Mungu wa Wakristo?' Pothinus akaona kwamba liwali amemwuliza kwa dhihaka tu, akajibu akasema 'Ukistahili utajua'. Mara akaangushwa chini ya kupigwapigwa kwa ukali mno, naye ni mzee sana, kisha dhaifu. Akiisha kuudhiwa hivi akatupwa tena gerezani, naye alikufa baada ya siku mbili-tatu.

Wafungwa wengine waliteswa sana sana muda wa siku sita. Wengine waliumizwa kwa kunyoshwa kwa nguvu miili yao katika mtambo uliofanywa makusudi kuwatesa; wakanyoshwa hata mikono, na miguu, na maungo yao yote yakatengana kwa kule kuvutwa huko na huko. Wengine wakateswa kwa kubandikwa vyuma vilivyotiwa motoni hata vyang'aa. Wengine waliketishwa katika viti vya chuma vilivyotiwa kwanza motoni vilevile. Wengine waliumizwa kwa njia mbali-mbali: kwa misumeno, kwa nyundo, kwa sindano, kwa maji ya moto, kwa mijeledi, kwa kamba, na kwa visu. Maumivu hayo yote hayakuwashinda wao walioteswa, basi mwisho wakauawa. Wengine walitupwa kwa wanyama wakali; wengine wakakatwa kichwa.

Katika hao walioteswa hivi, mmoja alikuwa ni kijana tu, aliyekuwa na umri wa miaka kama 15, jina lake akiitwa Ponticus. Kijana huyo aliletwa kila siku atazame maumivu ya wale mashahidi, hao watesaji wakatumaini kumtia hofu ili amkane Mwokozi wake, asikubali: mwisho wa siku hizo sita aliuawa naye kwa maumivu kama hayo. Lakini yule aliyeteswa vibaya kuliko wote ni kijana mwanamke mmoja, aliyeitwa Blandina jina lake. Huyo alikuwa kijakazi, ambaye bibi yake naye alikuwa Mkristo. Yule bibi yake hakudhani kwamba kijakazi ataweza kuwa na moyo kama mtu mwungwana, akamwogopea zaidi kwa kuwa mwili wake ulikuwa dhaifu. Lakini imani ya mtumwa huyo haikushindwa. Siku baada ya siku wale adui zake waliomwumiza wakamfanyizia maumivu mapya na makali mno, wasiweze kumshinda, ila alisema neno moja tu 'Mimi ni Mkristo: kisha hatufanyi mambo mabaya sisi Wakristo.' Haikuwatosha wale adui zao kuwaua tu hao mashahidi, kwa kuwaumiza na kuwaacha wafe gerezani, ila zaidi wakawatupia mbwa wale maiti, wakawalinda mchana na usiku wasizikwe na wenziwao: mwisho wakaichoma mifupa yao, na majivu wakayatupa katika mto wa Rhone. Na neno hili walilifanya ili kuwafanyizia dhihaka wale waliosadiki kwamba kuna ufufuo wa mwili. Mmoja aliyeuawa wakati huo alipotawala Marcus Aurelius ni huyo Justin Shahidi, A.D. 116, ambaye tumekwisha soma habari zake katika ukurasa wa 36.

(5) *Mateso katika enzi ya Kaisari Septimus Severus*, A.D. 193-211

Alipokufa huyo Kaisari Marcus Aurelius, mwaka wa A.D. 180, mateso ya Wakristo yalipungua, tokea mwaka huo wa 180 hata mwaka wa A.D. 200. Zamani hizi wale washenzi walijaribu sana kuzisimamisha na kuzitia nguvu tena dini zao zilizokuwa zinaanza kulegea. Walifanya hivi kwa bidii kwa sababu ya kupatikana wao na misiba mingi majira hayo. Mwaka A.D. 193 alianza kutamalaki Kaisari Septimus Severus, na hata mwisho wa karne ya pili hakutenda neno baya juu ya Wakristo. Lakini mwaka A.D. 202, Kaisari huyo alipiga marufuku ya raia zake kutoingia dini ya Kiyahudi wala ya Kikristo. Wengine wanadhani ya kwamba amri hiyo iliwekwa hivi kwa alivyokasirishwa mfalme kwa mambo ya wale Montanists, walioleta fujo katika ufalme wake: kama tulivyosoma hapo juu ukurasa wa 38. Wengine waona kwamba ni kwa sababu Wakristo walikataa kushiriki katika shangwe la Kaisari, kama ilivyokuwa desturi ya Warumi wakiisha kuwashinda adui zao vitani na kurudi mji wa Rumi tena na furaha: huku wakifanya michezo mikuu ya ngoma nyingi. Basi, Wakristo walianza tena kutaabishwa na kuteswa: kisha mateso hayo yalitangaa nchi zote za ufalme wa Rumi. Yako mambo manne katika mateso hayo ambayo inatupasa kuyakumbuka, nayo ni hayo:

(a) *Klementi wa Iskanderia.* Huyo Klementi alikuwa mteteaji mkuu wa dini ya Kikristo, akionyesha ya kwamba, kama Sheria ilivyokuwa ni mwalimu wa Wayahudi, ili kuwaongoza waende kwa Kristo, ni vivyo Filosofia ilivyokuwa ni mwalimu wa hao Wayunani, kuwaongoza wao nao waende kwa Kristo. Katika mateso hayo Clement alifukuzwa atoke mji wa Iskanderia, A.D. 202, akaenda kukaa Yerusalemu, na Antiokia: mateso yalipopungua akarudi Iskanderia, akafa huko A.D. 220.

(b) *Origen,* 185-254. Origen naye alikaa katika mji wa Iskanderia, akawa mwanafunzi wa Klementi, naye alikuwa mtu shujaa mno. Baba yake, aliyeitwa jina lake Leonidas, aliuawa katika mateso ya Kaisari Septimus Severus. Wakati huo Origen alikuwa ni kijana cha miaka kumi na saba, naye alitaka sana kwenda kuuawa pamoja na baba yake: mama yake lakini akayaficha mavazi yake huyo kijana asipate kuondoka nyumbani, basi akahifadhika. Wakati huo-huo yule mwalimu Klementi alifukuzwa atoke Iskanderia, basi Origen akashika mahali pake, akaendelea kuitetea dini, ajapokuwa ni kijana tu. Aliandika vyuo vingi vya kueleza mafunzo ya vyuo vyote vya Biblia. Aliipenda Biblia kwa mapenzi ya ajabu; akaandika na vyuo vingi tena juu ya Uungu wake Yesu Kristo, wakadhalika. Mtu mmoja wa zamani zile amesema kwamba 'Huyo Origen ameandika vyuo vingi sana, hata hakuna mtu awezaye kuvisoma vyote, kwa ambavyo ni vingi mno'. Basi watu hawa wawili, yaani, Mwalimu Klementi na mwanafunzi wake Origen, waliwafaa sana Wakristo kwa bidii yao ya kueleza vyema mafunzo ya dini, ijapokuwa walikosa-kosa kwa njia nyingine-nyingine katika hayo maelezo yao. Origen alikufa Kaisaria, A.D. 254, katika uzee wake; umri wake ukipata miaka 70.

(c) *Tertullian*. Na mateso hayo ndiyo yaliyomfanya Tertullian kuiandika 'Apology' yake, ijapokuwa alikosa baadaye kwa kuwafuata wale Montanists.

(d) *Perpetua*. Huyo Kaisari Septimus Severus aliitwa na watu wa zamani zile 'Mpinga Kristo', kwa vile alivyowaua Wakristo wengi mno, na kwa alivyowatesa vibaya. Na katika mashahidi waliouawa hivi yuko mmoja aliyejulikana sana, jina lake akiitwa Perpetua, mwanamke wa Carthage, North Africa. Huyo alikuwa ni kijana tu, aliyeolewa akazaa mtoto hivi karibu. Yeye mwenyewe alikuwa ni 'Catechumen' (Msomaji), ila baba yake si Mkristo. Perpetua alipotiwa gerezani, baba yake alimwendea akamsihi-sihi sana amkane Kristo. Perpetua akamjibu akasema, 'Baba, haiyamkini kukitaja chombo kwa jina jingine, isipokuwa kwa jina lake tu; na mimi siwezi kujitaja kwa jingine, isipokuwa kwa hilo nililo nalo, nami ni Mkristo.' Baba aliposikia majibu hayo akamrukia kama angetaka kumwua, kwa hasira aliyokuwa nayo, kisha akamwacha akaenda zake, asirudi tena kwa siku nyingi. Perpetua na wenzake walibatizwa gerezani. Wakasumbuliwa sana kwa kutiwa mahali penye giza na uchafu, tena walinzi waliwaudhi kwa kila njia, na kuwafanyia dhihaka. Wakamhuzunisha Perpetua kwa kumwondoa yule mtoto wake, akakonda kwa kulia. Baadaye Wakristo wengine waliwapatia nafuu kidogo kwa kuwapa walinzi bakshishi, mtoto akarudishwa kwa mama yake. Siku ya kuhukumiwa kwao ilipokaribia, baba yake Perpetua akaja tena, akamsihi auhurumie uzee wake, akisema 'Kumbuka mama yako, na ndugu zako, jinsi watakavyoaibishwa ukiuawa'. Akalia sana yule mzee, akajinyenyekeza mbele ya mwanawe na kumwita 'bibi', akamshika miguu na kuibusu-busu. Perpetua akahuzunika sana moyoni, asiweze kumjibu, ila alisema 'Mapenzi ya Mungu yatendeke; hatumo mikononi mwetu wenyewe, ila mwake'. Wakapelekwa sokoni ili kuhukumiwa. Yule baba akamsihi-sihi mwamuzi kumhurumia mwanawe; mwamuzi akajibu na kumwambia Perpetua kwamba imempasa kumtii baba yake, asimwaibishe hivyo. Kisha mwamuzi alimtaka Perpetua awachinjie sanamu za dini nyingine sadaka, asikubali, akisema 'Mimi ni Mkristo'. Ndipo baba yake akapiga kelele sana, hata mwamuzi akaamuru apigwe mijeledi. Labda hakumhukumu kupigwa hivi kwa ajili ya kelele yake, ila alidhani kwamba huyo Perpetua atamhurumia katika mashaka yake na kukubali kumkana Kristo. Mwisho hao Wakristo walihukumiwa hukumu ya kuraruliwa na wanyama wakali, wakarudishwa gerezani wangojee siku ya michezo. Baba yake akamwendea tena, akawa kama mwenye wazimu kwa huzuni yake: akararua ndevu zake, nazo ni nyeupe kwa uzee wake: kisha akaulaani uzee wake. Perpetua, ajapokuwa aliona dhiki kuu moyoni, hakukubali kuiacha dini yake kamwe. Siku ya michezo ilipofika walikuwako watu wengi mno mahali pa michezo (amphitheatre). Wale waume waliuawa kwa kuraruliwa na chui na dubu. Perpetua na kijana mwanamke mwenziwe, jina lake akiitwa Felicitas, walifungwa katika nyavu, wakatupwa mbele ya ng'ombe mkali, wakapigwa-pigwa kwa pembe zake na kurushwa-rushwa juu. Perpetua lakini alikuwa kama mtu aliye usingizini, asionekane kusikia kuumizwa hata kidogo. Ng'ombe alipokuwa amekwisha kumpiga-piga hivyo, Perpetua akawauliza hao askari wa machezo, 'Je! atakuja lini yule ng'ombe ?' Kisha akamsaidia huyo mwenziwe Felicitas asimame, akatoa maneno mazuri kuwafariji wenzake, na kuwatia moyo mkuu. Walipokwisha agana tena, wakatembea-tembea hao wanawake wawili katika kiwanja cha michezo, yule ng'ombe asiwafanyie neno: ndipo wale askari walipowarukia kwa panga. Askari huyo aliyejaribu kumwua Perpetua alikuwa ni kijana tu, naye kwa hofu, au haya, aliyokuwa nayo, akamchoma pasipo akili, asimwue: ndipo Perpetua mwenyewe akaulenga huo upanga, akamwonyesha yule askari na kusema, 'Unipige hivi': basi askari akampiga tena, naye akafa.

(6) *Mateso katika enzi ya Kaisari Maximin*, A.D. 235-238

Hao makaisari wawili waliomfuata Septimus Severus hawakuwatesa Wakristo. Tena, katika enzi ya Alexander Severus, A.D. 222-235, walikuwa na raha zaidi, kwa sababu Kaisari huyo alikataza watu kwamba wasiwashtaki Wakristo kwa ajili ya dini yao tu. Tena, habari yake moja Kaisari huyo ni kwamba aliitia sanamu ya Kristo pamoja na sanamu za miungu wake akaiabudu. Mwenyewe hakuwa Mkristo ila watu husema kwamba ni uongozi wa mama yake uliomfanya kuwahurumia Wakristo: huyo mama yake aliitwa Julia jina lake, naye alipendelea dini ya Kikristo. Alipokaa Antiokia, Julia alimwita yule Origen aje akamhubiri Injili, na kumweleza vizuri habari zake: lakini hakukubali kubatizwa ajapokuwa alimsikiza hivi. Baadaye lakini Kaisari Alexander Severus aliuawa na Maximin, naye Maximin alitawala badala yake. Huyo Maximin ndiye kaisari wa kwanza aliyekuwa wa taifa nyingine, si Mrumi: ni mtu wa Thracia. Basi alipotawala Maximin alianza mara kuwatesa Wakristo, kwa sababu alisikia kwamba hao ni marafiki wa Alexander Severus: sababu ni hiyo tu wala si kwa ajili ya dini. Mateso hayo yakawa ya tangazo: yalikuwa kwa ajili ya huo uadui wa kaisari tu. Yeye hakuiheshimu miungu yo-yote, hata hiyo ya serikali hakuiheshimu: aliyaharibu-haribu madhabahu za hao Warumi, pamoja na kuwatesa Wakristo. Ila katika raia zake wengi waliwakasirikia Wakristo kwa ajili ya mashaka waliyokuwa nayo siku zile, ambayo walisema Wakristo ndio walioyaleta: basi mateso yao Wakristo yakawa mazito. Kaisari huyo akafa mwaka A.D. 238, ndipo mateso yalipokoma.

Baada yake huyo, walitamalaki makaisari wawili ambao kwamba hawakuudhi Wakristo, nao ni Gordian, A.D. 238-244; na Filipu aliyeitwa Mwarabu, A.D. 244-248.

(7) *Mateso katika enzi ya Kaisari Decius,* A.D. 249-151

Alipoanza kutawala Decius, yalianza mateso mengine ya tangazo. Decius mwenyewe alikuwa ni mtu wa tabia njema, mwenye sifa, naye alijaribu kusafisha maisha ya raia zake: lakini aliambiwa kwamba Wakristo washika kinyume cha mambo ya Serkali, na kwa sababu hii aliona ya kwamba yapasa iondolewe dini yao. Mwenyewe alipenda sana dini ya kale, naye akajaribu kuisimamisha tena ibada ile ya miungu ya Rumi. Basi aliwatesa Wakristo, nao wakapatikana na maumivu mengi kila nchi aliyotamalaki Decius. Na jinsi alivyowasumbua ni hivi: aliazimia kuiondoa dini hii pasipo kumwaga damu. Basi walipokamatwa watu Wakristo hawakuuawa mara, ila walitakwa kukufuru, wakapewa muhula ili wafikiri hata waikane dini yao kwa ajili ya matisho waliyotolewa. Na waliokubali kukufuru waliachwa waende zao salama. Hapo angalia mambo mawili, nayo ni hayo: (a) Ni mabishopu hasa waliotafutwa zaidi ya Wakristo wengine. (b) Wakristo wengi walikufuru, kwa sababu siku hizo Kanisa lilikuwa limeingiwa na watu wengi wenye nia ya ulimwengu. Wengi walikuwa ni Wakristo kwa jina tu. Waandishi wawili wameandika habari za mateso hayo, nao ni Dionysius wa Iskanderia, mwanafunzi wa Origen; na Cyprian (Sipriano) askofu wa Carthage (Karthago). Hao wasema ya kwamba wale waliokufuru wakati huo waliitwa majina kadhawakadha na wenziwao. Wengine huitwa 'Lapsi', maana, ni kusema wameteleza, wakaanguka. Na wengine waliokubali kutoa sadaka za kishenzi katika madhabahu zao, waliitwa 'Sacrificati', maana, ni kama kusema wamefanya sadaka. Na wale waliopata hati za waamuzi kusema kwamba wametoa sadaka hizo na kuiacha dini yao waliitwa 'Libellatici', maana, wamepewa cheti. Wengi lakini hawakukubali kamwe kumkana Bwana wao; na wengine hawakungoja kutafutwa, maana, walikuja wenyewe kuwaambia waamuzi kwamba ni Wakristo, wakiona kwamba inawapasa kumshuhudia Bwana Yesu hivi kwa ushujaa kabla hawajakamatwa. Ila wengine, kama huyo Cyprian mwenyewe, waliona ya kwamba hakuna haja ya mtu kujitia katika hatari, bali yampasa kujiponya kwa njia zote zilizo halali; lakini pamoja na hayo akiisha kamatwa, asimkane Kristo kamwe. Na Cyprian alijiponya kwa kukimbia na kujificha majira hayo, akisema kwamba ni halali kufanya hivyo kwa yale maneno ya Bwana Yesu mwenyewe, Mathayo 10 : 23. Watu wakuu waliouawa wakati huo ni Fabian, askofu wa Rumi; na Babylas, askofu wa Antiokia, na Alexander, askofu wa Yerusalemu. Kisha, wengine walipatikana na mashaka, na mateso mbali-mbali, miongoni mwao ni Origen (tazama ukurasa wa 42) na Dionysius wa Iskanderia, aliyekuwa mwanafunzi wake Origen; kisha Cyprian, ambaye tutasoma habari zake hapo chini, ukurasa wa 47. Na wengi walikimbia wakaenda kukaa barani, mfano wa huyo Paulo wa Iskanderia, aliyekimbilia bara ya Misri, A.D. 251, akakaa huko yapata miaka kama tisini: kwa miaka mingi alikaa pekee, ila baadaye akaendewa na watu wengi, akawa mtu maarufu sana, mwenye wafuasi wengi. Huyo ameitwa mtawa, au walii (hermit) wa kwanza wa Kikristo. Lakini mateso hayo hayakuzidi kwendelea, kwani Kaisari Decius aliuawa vitani, A.D. 251, alipopigana na adui zake Wagothi. Kisha Kaisari Gallua alitamalaki badala yake, tangu A.D. 251 hata 253, naye hakutenda neno zaidi juu ya Wakristo.

8

Kufifia kwa Mateso

(1) *Mateso katika enzi ya Kaisari Valerian*, A.D. 253-260

MFALME huyu kwanza aliwapenda Wakristo. Lakini baadaye, mwaka wa tano wa kutawala kwake, aligeuka kabisa, kwa shauri la mtu mmoja aliyeitwa Macrianus, mshauri wake mkuu, naye akatoa amri ya kuwaudhi, na kuwafukuza, walimu na maaskofu, na kuwakataza watu wasikutanike kwa ibada ya Kikristo, tena wasiende makaburini kwa mashahidi yao. Lakini amri hiyo haikumfaa, kwa sababu, wale walimu na maaskofu waliofukuzwa katika miji yao, walizunguka katika nchi nyinginezo, wakiitangaza Injili kwa wale wasioijua. Baada ya amri ile, waamuzi waliagizwa kuwaudhi Wakristo kwa kadiri ya daraja zao, hivi: (a) Maaskofu, Makasisi na Mashemasi wauawe tu, mara moja. (b) Wakuu wa Baraza ya Ufalme, na Maakida, na Makabaila waliokuwa Wakristo, na wenyeji wenye daraja, wanyang'anywe mali zao, na kuzuiliwa kila upendeleo; nao wasipotaka kutubu, wakiendelea kuifuata dini hii, lazima wauawe. (c) Wanawake wenye cheo, na wanawake wengine, wanyang'anywe vivyo mali zao, na kufukuzwa kutoka nchi yao. Basi, katika mateso hayo, ndiyo mara ya kwanza adhabu kama hizi kuagizwa kwa amri ya Serkali; kisha, hao Wakristo walioadhibiwa ni wale wenye cheo, au maana ; hawa wasio na cheo hawakuangaliwa. Lakini ilionekana kwa upesi kwamba ni bure, walivyojaribu hivi kuizuia dini ya Wakristo isienee, kwa maana, ilizidi kuwa na nguvu tu. Wala hapakuwa na kukufuru kwingi katika mateso hayo ya Valerian kama kulivyokuwa katika mateso ya Decius, kwa kuwa mateso ya Decius yalipalilia ndani ya Kanisa, na kuondoa mimea ile isiyofaa, maana, sasa Wakristo wameonekana kuwa ni waaminifu na wenye kujidhibiti zaidi. Mashahidi wakuu waliouawa ni shemasi mmoja wa Rumi, aliyeitwa Laurentius, mtu huyo aliteketezwa motoni; na Sixtus askofu wa Rumi; na Sipriano wa Carthage ambaye habari zake zinafuata hapa chini.

Sipriano, (Cyprian), *Askofu wa Carthage*. Sipriano alizaliwa kama A.D. 200, katika mji wa Carthage, North Africa: wazazi wake hawakuwa Wakristo, naye alilelewa kwa dini nyingine. Alipokuwa mtu mzima akaishi maisha yasiyokuwa mema, lakini ni mtu mwenye maarifa, aliyekuwa na elimu na akili nyingi; akawafunza watu elimu ya Filosofia. Alipofika umri wa miaka kama arobaini na mitano akaongoka, akawa Mkristo, kwa uongozi wa kasisi mmoja wa Carthage, aliyeitwa jina lake Caecilius. Mara aliziacha mali zake; akauza nyumba na mashamba yake, akawapa maskini thamani ya mali hizo. Alipobatizwa akaonyesha bidii sana katika mambo yote ya dini, akapendwa sana na kuheshimiwa na wenyeji wa mji wake. Hatuna habari iliyo wazi ya yeye kufanywa awe shemasi au kasisi, ila watu wa mji huo walimchagua awe askofu wao, A.D. 248. Waliona labda kwamba manufaa yake yamefanya hoja ya kutosha kwamba wasikaze katika maagizo ya Mtume Paulo, aliyoyaandika, 1 Timotheo 3 : 6, basi wakamweka awe askofu siku chache baada ya kuongoka kwake. Jambo hilo linatuonyesha wazi desturi hiyo waliyoishika Wakristo wa zamani zile, ya watu wenyewe kushirikiana katika kuchagua askofu wao: sauti za hao wenyeji zilisikizwa pamoja na zile za maaskofu wengine wa nchi ile, na za makasisi wa mji. Ilikuwa desturi mahali pengine-pengine kwamba hao watu wenyewe hawakumchagua askofu wao, ila waliweza kumkataa yule aliyechaguliwa na maaskofu wale wengine: na pengine maaskofu na mapadre walimkataa yule aliyetajwa na watu kuwa askofu wao. Na hapo alipotakwa Sipriano awekwe kuwa askofu wa Carthage, makasisi watano hawakumtaka, wakakataa kabisa, basi ikawa kutangukana wao watano na kanisa la Carthage kwa ajili yake.

Sipriano alishika uaskofu wake kwa bidii sana, akatengeneza mambo mengi, na kuondoa desturi zisizokuwa njema za kanisa lake. Kwa vile alivyoheshimiwa sana na watu, sifa zake zikatangaa, naye alianza kuitwa 'Papa', maana, ni Baba, hata na watu wa mbali, kama hao makasisi wa Rumi nao. Basi, inatupasa kukumbuka kwamba jina hili la 'Papa', au 'Pope', kwanza lilitumiwa mahali pengi, kabla halijatumiwa Rumi tu. Miaka miwili baada ya yeye kuanza kazi yake, yakatokea mateso ya Decius, yaliyoandikwa habari zake hapo juu. Maaskofu walianza kutafutwa sana ili wauawe, na Sipriano aliona kwamba itakuwa faida zaidi kwa kanisa lake akijiponya: basi akakimbia akajificha mahali pasipokuwa mbali na Carthage, barani. Kutoka hapo alidumu kuliangalia kanisa lake kwa nyaraka zake, huku akiendelea vile-vile kutengeneza na kuweka mambo yake yawe sawa. Alirudi Carthage A.D. 251, baada ya kuketi barani zaidi ya mwaka mzima, na aliporudi mjini kwake, ilikuwa shida kuwakusanya tena kondoo wa kundi lake, na kuwatengeneza. Walianza kushindana sana katika habari za wale Wakristo walioacha imani yao, jinsi watakavyoruhusiwa kurudi tena kanisani. Makasisi wengine walimwona Sipriano mwenyewe kuwa amekosa, kwa vile alivyokimbia, na kwa alivyokuwa mwepesi kuwakubali tena wale 'lapsi', maana, walioteleza.

Ufukuzo wa Decius ulipokwisha, punde kidogo tauni mbaya ikatokea: wao wasio Wakristo wakadhani kwamba tauni hiyo imeletwa na miungu yao ili kuwaadhibu kwa sababu wameacha kuwaua Wakristo, basi walianza tena kuwafitini na kuwatesa; wakawaua wengi sana. Wale watu waliingiwa na hofu kuu kwa ajili ya tauni hiyo, wakawa kama wenye wazimu. Rafiki zao wakianza kuugua wakawaachilia mbali, wasitunzwe au kusaidiwa. Wakiisha kufa, wale maiti walitupwa ovyo, wasizikwe, wakaoza njiani, uvundo ukazidi, tauni ikaenea zaidi sana. Sipriano akawakusanya Wakristo akawaambia wawauguze na kuwasaidia hata wale washenzi adui zao, pamoja na rafiki zao Wakristo. Kisha yule askofu alimwagizia kila mtu sehemu yake ya kazi hii ya Mungu, maana, aliwaambia walio na mali watoe, tena walio maskini wafanye kazi yao vizuri. Basi, Wakristo wote wakaanza kazi hiyo kwa kupendana, wakawauguza wagonjwa, wakawazika wafu, wasiulize kwamba ni Wakristo au kwamba ni makafiri. Hao watu walipoona kazi hiyo wakastaajabu mno, nao wengi wakaanza kuamini kwamba Injili ndiyo ya kweli, wakazitupa sanamu zao wakawa Wakristo.

Baada ya hayo, Sipriano aligombana na yule askofu wa Rumi, aliyeitwa Stefano jina lake. Zamani hizo mji wa Rumi ulikuwa ni mji ulio mkuu katika ulimwengu wote, kisha ni mji alipokaa Kaisari, basi maaskofu wa Rumi walianza kujaribu kutawala maaskofu wengine, na makanisa yao. Sababu ya ugomvi ilikuwa desturi ya Sipriano kuhusu wao waliobatizwa na wazushi, akizoea kuwabatiza mara ya pili kama wakikubali imani ya kweli. Stefano akakataa desturi hii, na kunena ya kuwa ubatizo kati ya wazushi udumu kwa milele, wala hakuna sababu ya kuwabatiza tena. Pia Stefano alitaka Sipriano na kanisa lake waacha desturi yao, isiyo desturi ya kanisa la leo.

Lakini Cyprian hakukubali, akamweleza kwamba askofu wa Rumi hana amri iwayo yote juu ya nchi nyingine. Basi Stefano alishindwa, wala hakupata kutawala kama alivyotaka, naye akiisha kufa kulikuwa na amani tena kati ya miji hiyo ya Carthage na Rumi.

Mfalme Decius alipokufa, Kaisari Valerian akaanza kuwaudhi Wakristo, kama tulivyosoma hapo juu. Aliamuru kwamba Wakristo wasikutane kwa ibada, na maaskofu wafukuzwe watoke nchi zao na kukaa kwingine. Basi Cyprian alishtakiwa mbele ya liwali, akaulizwa habari zake, akajibu na kusema wazi, 'Mimi ni Mkristo, kisha ni Askofu; simjui Mungu mwingine, ila Yeye Mmoja. Yeye ndiye Mungu wa kweli aliyeumba mbingu na nchi.' Yule liwali aliposikia maneno hayo, akaamuru aondolewe, apelekwe mji wa Kurubis, nao wapata mwendo wa maili arobaini kutoka Carthage. Basi akakaa huko muda wa mwaka mmoja, kisha, baada ya hayo, aliitwa tena mbele ya liwali, kwa maana yule Kaisari alikuwa ameona ya kwamba ile amri ya kwanza haifai neno, akatoa nyingine iliyo kali zaidi, akaamuru maaskofu wote wauawe. Cyprian akaona kwamba saa yake imefika; rafiki zake wakamsihi ajiponye kwa kukimbia, lakini hakukubali. Basi akachukuliwa mbele ya liwali, kisha watu wake Wakristo waliposikia kwamba amekamatwa wakaja wengi ili kumsaidia, wawe pamoja naye katika siku zake za mashaka. Liwali akaamuru Cyprian awachinjie sanamu sadaka, asikubali kabisa. Liwali akajaribu kumtisha kwa kumwonyesha hatari yake aliyokuwa nayo ya kuuawa. Cyprian akamjibu akasema, 'Katika kutenda neno la haki mtu hana haja ya kufikiri kwanza.' Liwali akaamuru auawe kwa kukatwa kichwa. Cyprian akatoa sauti, akanena, 'Mungu na ashukuriwe.' Na Wakristo wote waliokuwako wakapiga kelele, wakisema, 'Haya twendeni tufe sisi pamoja naye.' Alipopelekwa hata kiwanja cha michezo, wengi wakafuatana naye. Wengine wakapanda juu ya miti iliyo kandokando ya kiwanja, ili wapate kuangalia itakavyokuwa. Cyprian akapiga magoti, akaomba, kisha akavua nguo za shingoni, akampa pesa yule atakayemkata kichwa, akajifunga macho kwa kitambaa, akakatwa kichwa, akafa. Neno hilo likatendeka mwaka A.D. 258.

Huo ukali wake Kaisari Valerian haukupata kuikomesha dini ya Ukristo. Watu walio wanyonge wa moyo, walikuwa wamekwisha kuondelewa kanisani wakati wa mateso ya Decius, kanisa likasafika. Basi sasa si wengi tena walioogopa kuuawa. Imani ikazidi kuenea, na neno lile likathibitika, likaonekana kuwa ni kweli, 'Damu ya Mashahidi ni mbegu ya Kanisa.'

(2) *Mateso katika enzi ya Kaisari Diocletian,* A.D. 284-305

Huyo Valerian aliyewatesa Wakristo sana, baadaye alishindwa vitani na Sapor, mfalme wa Waajemi. Akakamatwa vitani, akafungwa gerezani, akatiwa minyororo iliyo mizito mikononi na miguuni. Hao Waajemi wakamtesa vibaya; wakamvika nguo nyekundu ya kifalme, wakampiga-piga, na kumchezea, hata alipokufa katika mashaka na huzini. Badala yake akatawala Gallienus mwanawe, toka A.D. 260-268. Huyo alitangua amri za baba yake, akafanya mambo matatu:

(a) Alitoa amri kwamba Wakristo waachwe wasiudhiwe. Wakuu wa Serkali wakaletewa amri hiyo, hata na maaskofu waliletewa pia, ili wapate kuona nia njema hii ya Mfalme, na kuwatangazia Wakristo habari zake.

(b) Hao Wakristo waliokuwa wamefukuzwa waliitwa tena na Serkali, wakapewa ruhusa kurudi kwao salama.

(c) Wakristo waliokuwa wamenyang'anywa mali zao wakarudishiwa tena mali; kisha walipewa tena vile viwanja vyao vya kuzika wafu; wakapewa na majengo yao pia waliyoyajenga ili kumwabudu Mwenyezi Mungu ndani yake.

Kwa kufanya hayo, Gallienus aliiweka dini ya Ukristo kuwa sawa na dini zile nyingine zilizo na ruhusa ya Serkali. Basi, katika miaka hiyo ya starehe, dini ya Ukristo ilipata kusitawi na kufanikiwa sana. Makanisa yaliyobomoshwa yalijengwa tena; watu wengi walibatizwa; wale 'lapsi' waliangaliwa, nao wengi wakarudi kanisani, makanisa makuu sana (Cathedrals) yalijengwa katika miji iliyo mikuu; makanisa hiyo yalipambwa kwa vyombo vya dhahabu na vya fedha. Wakristo wakatiwa katika kazi za heshima za Serkali, wengine wakawekwa wawe maliwali, wengine wakapewa kazi hata katika nyumba ya Kaisari mwenyewe. Mambo hayo yalileta nafuu kweli, lakini pamoja na haya, dini iliingiwa na hatari kuu, kwa sababu, wengi walikubali kubatizwa waliokuwa wakiipenda dunia, wasio Wakristo wa kweli; watu ambao kwamba hawangelisubutu kubatizwa wakati wa hatari. Watu hao wakagombana na kujadiliana wao kwa wao, kama wale wasio Wakristo. Mambo haya yakaendelea kama miaka arobaini, mpaka huyo Diocletian alipotawala, A.D. 284. Diocletian akajitwalia watu wakuu watatu waishiriki miliki yake pamoja na yeye, nao ni, Maximian, na Galerius, na Constantius, ili wamsaidie katika kutawala kwake. Galerius na Constantius hawakuwa na enzi kuu kama hao wenziwao wawili, wajapokuwa wote wanne waliitwa 'Kaisari'. Lakini Diocletian na Maximian waliitwa 'Kaisari Augustus', maana, ni kusema 'Kaisari mkuu'. Huyo Galerius akamwoa binti ya Diocletian, na binti huyo na mama yake wote wawili wamedhaniwa kuwa ni Wakristo. Wale makuhani wa dini za kishenzi walianza kuogopa sana kwamba dini zao zitakwisha kabisa, basi wakaanza kuwafitini Wakristo kwa wivu na bidii, wakiwashtaki kwa werevu sana. Mwisho wakamtisha huyo Diocletian kwa uganga wao, kwa maana, alikuwa mtu mshenzi moyoni, naye aliwasadiki. Alianza kugeuka nia yake kabisa, na kufikiri kwamba ufalme wake hautafanikiwa mpaka atakapoirejeza dini ya zamani. Kwanza alitoa amri kwamba wale askari zake wote, na watu walio na kazi za Serikali iwayo yote, waitolee miungu mingine sadaka, A.D. 298. Baadaye alipiga mbiu kusema kwamba watu wote wasiokubali kuitumikia miungu ya Kirumi lazima waondolewe katika kazi zao, na mali zao zikamatwe. Kisha, Wakristo hawakupata tena ruhusa kukusanyika kwa ibada. Makanisa yao yaliharibiwa, na vitabu vyote vya Kikristo vilitafutwa kwa bidii ili kuteketezwa, A.D. 303.

Baadaye Mfalme Diocletian aliamuru Wakristo wote pia wafungwe gerezani: gereza zote zikajaa tele maaskofu na mapadre, hata madhalimu waliokuwamo wakafunguliwa kwa sababu hapakuwa na nafasi tena. Baadaye tena Kaisari aliamuru hao wafungwa wote watolee miungu mingine sadaka, na wakikataa waadhibiwe. Mbiu nyingine ya Kaisari ikaamuru kwamba Wakristo wote pia wafanye vivyo, na wasipokubali kutoa lazima waadhibiwe kwa maumivu. Basi ndivyo ilivyofanywa. Makanisa yalibomolewa; vyuo vingi vikateketezwa; Wakristo wote waliokataa kuvitoa vyuo vyao waliuawa. Mateso ya Wakristo yalikuwa makuu mno. Wengine walitupwa kwa wanyama wakali; wengi wakateketezwa motoni; wengine walikaangwa; wengine wakatokoswa katika maji; wengine wakachomwa juu ya chuma: wengine wakachunwa ngovi walipohai; wengine nyama ya mwili wao ilikatwa-katwa, na kuondolewa katika mifupa yao; wengine wakasulibiwa; wengine tena wakavutwa-vutwa kwa nguvu mpaka miili ikapasuliwa; wengine tena wakapasuliwa vile-vile miguu na mikono kwa kufungwa kwa ng'ombe au farasi waliowavuta huku na huku; wengine walikatwa-katwa kwa visu, kwa panga, kwa makasi, au kwa misumeno; wengine walitobolewa macho, au kung'olewa meno, au kukatwa vidole, masikio, midomo, miguu, ndimi, pua, wakadhalika. Watoto waliteswa mbele za wazazi wao ili kuwahuzunisha, na kuwatisha. Wengi mno waliumizwa kwa vyuma vilivyotiwa kwanza motoni. Waliouawa hivyo ni maelfu maelfu. Usiku hao watesaji wakawawasha Wakristo kama taa, wakiisha kuwamwagia mafuta. Kwa walivyoteswa wengi zaidi hivi, hata wananchi wakaanza kuchoka, wasitake tena kuona mateso, wala kuwatesa. Damu na maumivu yakawakinaisha. Mwishowe wakaacha kuwatesa, bali wakawapeleka wafanye kazi za utumwa, wakiisha kutolewa jicho moja, au kukatwa mkono mmoja. Mashaka hayo yakaendelea muda wa miaka kumi. Mwaka A.D. 303 Diocletian akaanza kutubu, naye aliacha kuwaudhi Wakristo. Alishikwa yeye na ugonjwa, basi mwaka A.D. 305 akajitoa mwenyewe katika ufalme wake, kwa maana, alitaka kupumzika.

Katika hao makaisari watatu wengine walioshirikiana na Diocletian katika ufalme wake, yule Constantius, aliyetawala nchi za Gaul na Spain na England, aliwapendelea kidogo Wakristo, naye akiisha kufariki, mwanawe, aitwaye Constantine akazidi kuwapendelea. Habari za Constantine zimeandikwa hapo chini.

Yule Galerius, aliyetawala nchi zilizo kando ya Bithunia, alikuwa mkali mno, akawatesa hata watu wa nyumbani mwake yeye mwenyewe, akamlazimisha mkewe, na mama yake, kuwachinjia sadaka sanamu, akaendelea kuwaudhi Wakristo muda wa miaka minane, mpaka aliposhikwa na ugonjwa mbaya sana, alioufia halafu; nao ni ugonjwa wa namna ile ile uliomshika Mfalme Herode (Mat. 12 : 23). Ndipo akajuta naye, akawapa Wakristo ruhusa ya kujenga tena makanisa yao, na kufanya ibada, akawasihi wamwombee. Akafa A.D. 311, katika mashaka makubwa ya ugonjwa huo.

Katika hao makaisari wanne, lakini, aliye mkali kupita wote ni Maximian, aliyetawala katika nchi za Asia Minor, Syria, na Misri. Huyo aliwalazimisha raia zake wote pia kuwachinjia sadaka sanamu; hata watoto wachanga nao walishurutishwa kutwaa chombo cha kufukizia uvumba mikononi mwao, wafukizie miungu hiyo uvumba. Lakini, huyo Kaisari Diocletian, alipojuta na kujitoa katika ufalme wake, akamlazimisha na Maximian naye atoke, ili asipate tena kuwatesa Wakristo; A.D. 305.

Katika mateso hayo yote hatuwezi kuwataja watu waliokufa mmoja mmoja, kwa kuwa ni wengi mno kwa sababu mateso hayo yalienea kote-kote katika Ufalme wa Rumi. Ila tumkumbuke mtu mmoja, kwa sababu huyo ni shahidi wa kwanza katika nchi ya Uingereza; naye ni huyo aliyeitwa Alban, (Albano) jina lake. Mtu huyo, wakati mateso yalipotokea, alikuwa hajabatizwa bado, lakini alimlinda kasisi mmoja katika hatari yake kwa kumficha nyumbani mwake, asipatikane na hao askari waliokuwa wakimtafuta. Basi walipokaa hivi nyumbani mwake, Albani alistaajabu sana kuona jinsi yule kasisi alivyodumu katika kumwomba Mungu, akikaa saa nyingi za usiku katika ibada yake. Basi baadaye hao askari walipofika nyumbani katika kumtafuta-tafuta, Alban akakataa kumtoa huyo kasisi, bali alijivika mwenyewe nguo za huyo kasisi, akatoka nje, akawaambia askari ya kwamba yeye ndiye yule waliyemtafuta. Basi askari wakamkamata, wakaenda naye kwa mwamuzi. Mwamuzi akatambua mara moja kwamba siye yule kasisi aliyemtaka, akamkasirikia sana kwa alivyowadanganya askari, na kumponya kasisi. Basi akamhukumu Alban kupata maumivu yale-yale aliyomwekea kasisi. Alban aliposikia hukumu hiyo aliyohukumiwa asitetemeke. Mwamuzi akamwuliza, 'Je! wewe u Mkristo?' Alban akamjibu, akasema, 'Ndiyo, mimi ni Mkristo; namwabudu Mungu Mmoja aliye wa kweli, wala sikubali kuitolea sadaka miungu isiyofaa kwa lo-lote.' Basi akateswa sana kwa maumivu makali, akayavumilia kwa subira kuu. Mwisho mwamuzi, alipoona kwamba hageuki katika imani yake, akaamuru akatwe kichwa. Basi askari wakamchukua, wakaenda naye hata mahali pa kukata vichwa; napo ni mahali palipo nje ya mji, katika kilima chenye nyasi mbichi. Askari mmoja akapewa kazi ya kumwua. Basi askari huyo, alipouona ushujaa wa Alban, na imani yake, na vile alivyowaombea watesi wake waliomwumiza, akakataa kabisa kumwua, akautupa upanga wake, akaomba kwamba auawe yeye mwenyewe pamoja na Alban. Basi, hao wote wawili wakakatwa vichwa, na mji huo wa Uingereza walikokaa ukaitwa 'St. Albans', hata siku hii ya leo. Alban aliuawa mwaka wa A.D. 304.

9
Mfalme Constantine
Uzushi wa Arius,
Kushinda kwake dini ya Kikristo

Constantine the Great, A.D. 313-337

TULISOMA hapo juu ya kwamba Kaisari Constantius, aliyeshirikiana na Diocletian, na kutawala pande za Gaul, Spain na England, aliwafanyia huruma kidogo Wakristo: basi imedhaniwa ya kwamba Constantius alimfundisha mwanawe, aliyeitwa Constantine, amwamini Mungu Mmoja, ajapokuwa hakuelewa sana na mambo ya Kikristo. Mwaka A.D. 312 Constantine alikwenda kupigana vita na Maxentius, mwana wa Kaisari Maximian, aliyekuwa amejitwalia kwa hila ufalme wa Italy, na wa Afrika. Constantine alipokuwa akisafiri kwenda vitani, asema kwamba aliona maona ya ajabu: maana mbinguni ilitokea dalili, au ishara, kama ya msalaba wa mwanga, ukizungukwa na maneno ya moto yaliyong'aa: maneno yenyewe ni haya: 'Kwa msalaba huu utapata kushinda.' Basi, Constantine akaamuru kwamba mfano wa msalaba ushonwe katika bendera zote za majeshi yake. Akaenda, akamshinda Maxentius, kisha aliporudi Rumi akasimamisha sanamu humo mjini, mfano wake yeye mwenyewe; sanamu aliyechorwa katika jiwe kuu. Na sanamu huyo alikuwa na msalaba mkononi; nao umeandikwa chini anwani yake ya kusema kwamba msalaba huo ulimshindia vitani. Yule Maximian, alipoona kwamba wameshindwa, yeye na mwanawe, aliwageukia kwa ukali wale waganga wake waliokuwa ni washauri wake, akawaua wengi; kisha akawapa Wakristo ruhusa ya kufanya ibada tena. Ila yeye mwenyewe alikufa mwaka ule-ule, na Wakristo wote walipoona mashaka ya huyo aliyewatesa, na sitawa yake Constantine aliyewasaidia, wakaona ya kwamba hii ndiyo hukumu ya Mwenyezi Mungu.

Basi, ni hivyo yalivyokwisha mateso haya yaliyo makuu ya Kanisa. Ni kweli wengi walikufuru, na makanisa yalibomolewa, kisha nakala nyingi za maandiko matakatifu zilipotezwa: ila Kanisa lilishinda kwa kuvumilia. Wakristo wengi waliteswa, hata ikawa wasio Wakristo wenyewe kukinai kwa damu yao. Ila sasa yakaja mageuzi makubwa yenye hatari sana, maana, muda wote huu wa miaka mia tatu Shetani alikuwa amezitumia nguvu za makaisari wa Rumi zimfanyie kazi yake ya kuliharibu Kanisa changa la Kristo. Lakini hakuweza kulipindua Kanisa kwa hizo jeuri zilizo wazi, wala kwa mashambulio ya nje-nje. Bali Makaisari wenyewe walianza kuingia katika dini ya Kikristo. Basi, tangu hapo hatari za Kanisa zilikuwa za namna nyingine, maana, ni za ndani: kwa sababu Kanisa lenyewe lilianza kidigo-kidogo kufanana na ulimwengu, na nia zake. Tangu wakati huo Kanisa likaendelea kukua, likazidi kufanya kazi yake ya kuitangaza Injili, lakini vita lilivyokuwa navyo, au hatari lilizokuwa nazo, si hatari za nje nje tena, bali ni hizo zilizo ndani yake.

Na tufikiri sasa habari za huyo Kaisari Constantine, aliyekuwa mfalme wa kwanza wa Rumi wa kuishika dini ya Kikristo. Akiisha kuona maona hayo, tuliyosoma habari zake hapo juu, hakuongoka mara moja kuwa Mkristo, ila aliwakomeshea Wakristo kufukuzwa na kusumbuliwa, naye akiisha kuamuru wasiudhiwe, baadaye akafanya na amri nyingine za kuwasaidia hasa. Aliwafanyia Wakristo fadhili nyingi; akawajengea makanisa, na mwanawe Crispus alimpeleka kwa mwalimu maarufu Mkristo, jina lake akiitwa Lactantius, ili afunzwe mambo ya dini. Mwaka A.D. 316 alitoa amri ya kwamba watu wapendao kuwaacha wahuru watumwa wao, waweza kufanya jambo hilo kanisani mbele ya mapadre; si lazima kwenda kwa makadhi. Kisha aliondoa mambo mengi yaliyokuwa ni desturi katika ufalme wake, kama kusulibisha watu, na kuitolea miungu mingine sadaka; na mwaka A.D. 321 aliamrisha watu kwamba waiangalie siku ya Jumapili. Akawarudisha Wakristo wote waliofukuzwa, tena aliamuru kwamba mali za hao waliokuwa wameuawa warudishiwe warithi wao. Tena, aliwapa shauri raia zake kwamba waiamini Injili: pamoja na kuwaambia kwamba si lazima, ila ni kwa hiari ya mtu. Alikataza sanamu wasiabudiwe wala hakukubali kwamba watu wasimamishe sanamu wa sura zake yeye ndani ya mahekalu, kama walivyozoea kufanya zamani hizo. Tena alituma watu na kuwapa amri waende wakapeleleze hali ya mahekalu yote, na baada ya wao kuzunguka hivyo, akatoa amri kwamba sanamu wengi waondolewe. Aliyaacha mahekalu mengi, ila mengine machache aliyageuza yawe makanisa ya Kikristo. Hakukataza kabisa ibada ya miungu ya kale iliyofanywa kwa wazi, ila vitendo vya siri, na vya uchawi, na vya uovu wa maisha vilikatazwa: isipokuwa aliruhusu uganga kwa ajili ya kuwapoza wangonjwa, na kuzuia dharuba na tufani. Basi, tunaona kwamba Constantine aliendelea na imani ya Kristo, pamoja na kuyashika na mambo ya kale pia. Naye hana budi aliyakubali mambo kama hayo yaendelee kwa sababu alitaka raia zake watulie, wasifanye fujo, kwani katika wenyeji ni wengi zaidi wasiokuwa Wakristo, nao hawakufurahishwa kwa mageuzi hayo aliyoyafanya Mfalme wao. Basi Mfalme alitaka kwenda pole-pole kwanza. Pamoja na hayo yote, Constantine hakukubali kubatizwa, ajapokuwa akajiita kuwa ni Mkristo; kwani siku hizo watu waliogopa kubatizwa kwa upesi, wasije wakakosa baada ya ubatizo; kwa sababu waliona kwamba madhambi yaliyotendwa baada ya mtu kubatizwa huondoa faida yake, yakamfanya awe mkosaji mkuu, asiwe na dawa tena. Kwa hayo walikosa, lakini wengi waliishika desturi hiyo, wakikataa kabisa kubatizwa mpaka watakapokuwa karibu na kufa; na huyo Constantine mwenyewe ni vivyo. Alipokwisha kuungama Ukristo, punde kidogo akaanza kujijengea mji mkuu utakaokuwa mji wa Kikristo. Akachagua mji wa Byzantium, akaubomoa-bomoa, akaujenga tena kwa upesi sana, uwe mji mpya. Akauita mji huo 'Rumi Mpya' ila watu wakauita 'Constantinople', maana yake jina hili likifasiriwa ni kusema 'Mji wake Constantine'. Mji huo ukajengwa mwaka A.D. 330: katika kila mtaa ukajengwa kanisa la Kikristo, kisha ulikuwa ni mji uliojengwa vizuri sana majengo yake. Tangu wakati huo, basi, makaisari waliuacha mji ule wa Rumi, wakipenda zaidi kukaa pande za mashariki; na jambo hili likaleta baadaye matengano katika ufalme wa Rumi.

Alipotawala hivi Constantine, Injili ilienea sana ulimwenguni. Walikuwako Wakristo katika nchi za England na Scotland, tena walikuwako wengi India, na Persia, na Arabia. Katika hao Goths, waliokaa kando ya mto wa Danube, wengi waliongoka wakawa Wakristo, kwa kufunzwa dini na watumwa wao waliowateka nyara vitani. Watu wa nchi ya Armenia, wote pia pamoja na mfalme wao, walikubali Ukristo (A.D. 302-331), kwa kufundishwa na askofu wao, aliyeitwa Gregory.

Wakati huo watu wa Aithiopo, wanaokaa pande za kusini za Misri, maana Abyssinia, (Uhabeshi) walipata kufundishwa dini kwa njia ya ajabu. Mkristo mmoja, mtu tajiri aliyeitwa Meropius, alikuwa katika safari kwenda India, kwa ajili ya biashara yake. Aliposafiri hivi merikebuni, njiani wakakosa maji ya kunywa, ndipo wakashuka pwani, huko Abyssinia, ili kutafuta maji; basi wenyeji wasio

Wakristo wakawakamata, wakawaua wote, isipokuwa vijana wawili, waliochukuliwa kwa mfalme wawe watumwa wake. Vijana hao waliitwa, majina yao, Aedesius na Frumentius, nao walipomtumikia huyo mfalme walipata kuheshimiwa sana na yeye, kwa ajili ya maarifa yao, kwani walikuwa ni vijana walio na elimu na akili. Mfalme alipokufa akamwacha mtoto wake awe mfalme, naye alikuwa mdogo: basi hao vijana wakaendelea kukaa na mtoto huyo, wakamsaidia katika kutawala kwake. Mtoto alipokua na kuwa mtu mzima, wao walitaka ruhusa warudi kwao, wakapewa ruhusa, wakaenda. Aedesius akarudi kwao, maana Turo, mji wa baba yake, akawekwa baadaye awe shemasi wa huko. Frumentius lakini akaenda Alexandria, ili kumweleza askofu wa Alexandria habari za wale watu wa Abyssinia, na kumtaka awapelekee mtu mmoja awe askofu wa nchi hiyo. Askofu wa Alexandria siku hizo ni Athanasius, basi alipopata habari hizi, akamwuliza-uliza Frumentius habari za vyote alivyokuwa amevifanya na kufundisha huko, Frumentius akamweleza. Mwisho Athanasius akaona ya kwamba hakuna mtu atakayefaa kuwekwa awe askofu wa Abyssinia kuliko huyo Frumentius mwenyewe. Frumentius basi akachaguliwa awe askofu wa kwanza wa Abyssinia, na tangu siku zile hata jusi tu, Wakristo wa huko hawakubali kumchagua mwenyeji wa kwao awe askofu mkuu wao, ila humleta mtu wa Alexandria kutoka Misri aje kushika uaskofu wao. Lakini, askofu mkuu wa Wahabeshi wa leo, ambaye aitwa "abuna", ni mwenyeji.

Tena katika nchi ya Waajemi (Persia) Constantine alimshauri mfalme awafanyie uradhi Wakristo waliokaa katika nchi yake, akakubali, Injili ikaenea sana katika nchi hiyo wakati alipokuwa hai Constantine. Ila alipokufa Constantine, yule mfalme wa Rumi aliyemfuata, aitwaye Constantius, akateta na Sapor, mfalme wa Persia, ndiposa Sapor akawaudhi Wakristo, akaamuru kwamba maaskofu wote na mapadre wote wauawe. Askofu mkuu wa Persia aliyeitwa Symeon, naye ni mzee, baada ya yeye kuona watu mia katika wangoji wake kuuawa mbele ya macho yake, mwisho akauawa mwenyewe.

Mfalme Constantine alipenda sana kujadiliana, na kuamuru katika mambo ya dini, ajapokuwa hakuelewa sana yeye mambo ya kinani. Alipokwisha kuwaamria Wakristo raha na amani, punde tena akaitwa kuwapatanisha watu wa makanisa ya Afrika, pande za kaskazini, waliojitenga katika Kanisa, wakamfuata mtu mmoja aitwaye Donatus. Watu hawa wakajiwekea maaskofu wao wenyewe, wakawakataa hao maaskofu wa pande za Carthage, wakateta sana nao. Na sababu ya matata ni hii: Katika siku za mateso ya Kaisari Diocletian, maaskofu walitakiwa na adui zao kuvitoa vyuo vyao vitakatifu vya Mungu, au wakikataa kuvitoa, wauawe. Maaskofu hawa walikataa kuvitoa vyuo vyao, ila waliwadanganya adui zao kwa kuvitoa vyuo vyingine-vyingine visivyo na maana, huku wakivificha vyuo vyao vilivyo vitakatifu. Kwa kufanya udanyanyifu huo wakajiponya wenyewe, ila wenyeji walipopata habari hizo wakawashtaki maaskofu kwamba wamekosa. Basi, Constantine alijaribu kuwapatanisha watu hawa, wasikubali, ndipo akawakutanisha maaskofu kama mia mbili, wafanye mkutano mkuu katika mji wa Arles, nchi ya Gaul, mwaka A.D. 314. Mkutano huu una maana, kwa sababu tuna habari za hakika ya kwamba maaskofu wa Kanisa la Uingereza (England) walikuwako katika mkutano huo. Basi, mkutano huo uliwahukumu wale wafuasi wa Donatus kuwa ndio wakosaji, wakifanya fujo bure: ukawapa haki hao maaskofu. Wafuasi wa Donatus hawakukubali hukumu hiyo ya mkutano, wakataka rufani kwa Kaisari. Kaisari akawaita wote kwenda kwake, mji wa Milani, na huko akaamua yeye vile-vile, A.D. 316. Lakini kama walivyokataa hukumu ya Kanisa, mara waliikataa hukumu ya Kaisari nayo, wakaendelea kufanya matata. Mwisho wakaondolewa makanisa mwao, wakafukuzwa waende kukaa katika nchi ya mbali, wengine wakanyang'anywa mali zao, fujo hiyo ikaisha.

Uzushi wa Arius. Jambo jingine lililoudhi Kanisa katika enzi ya Constantine ni huo uzushi wa Arius. Arius alikuwa ni kasisi mmoja wa mji wa Iskanderia, akapewa daraja yake ya ukasisi mwaka wa A.D. 313. Ni mtu aliyejiishiza maisha magumu, ila ni mzungumzi, mwenye kujipendekeza kwa watu. Basi siku moja huyo askofu wa Alexandria, (Iskanderia) aitwaye Alexander, alipokuwa akiwahubiri makasisi wake habari za Mungu, na za ule Umoja wake, yeye Arius akamshtaki askofu, akasema ya kwamba anafunza makosa. Akakaza sana kunena kwamba askofu ameingia katika uzushi wa mzushi mmoja wa zamani, aitwaye Sabellius. Huyo Sabellius alifunza (A.D. 198-217) ya kwamba Mwenyezi Mungu hana Utatu halisi, ila hutokea kwa 'sura' mbali-mbali, maana, ana hizo sura tatu za

Baba na Mwana na Roho, naye hujigeuza na kutokea katika sura hizo kama aonavyo vyema, mara hivi, mara hivi. Basi, huyo askofu Alexander alijaribu kumwonyesha Arius kwamba sivyo alivyofunza yeye, ila ni Arius mwenyewe aliyekuwa katika hatari ya kufunza watu vibaya. Arius hakukubali, basi askofu aliita mkutano wa mapadre wake, akawasikiza huja zao huku na huku, mwisho akamhukumu Arius kuwa mkosaji. Kisha mkutano wa maaskofu wa Misri na Libya, walihakikisha hukumu hiyo, na Arius na wenziwe wakapigiwa marufuku ya Kanisa, A.D. 321. Hayo mafunzo aliyoyafunza Arius yalikuwa kama hayo:

(i) Alisema kwamba Yesu, Mwana wa Mungu, ana mwanzo wa kuwako.

(ii) Ilipatikana zamani asiyokuwako huyo Mwana: ila si katika majira, ni mbele ya majira hayajakuwako.

(iii) Mwana ana asili yake si kwa uzazi wa milele, ila anaumbwa kwa kisichokuwako: ni kiumbe kilichotukuka juu ya viumbe vyote.

(iv) Kwa maumbile yake ana mageuzi.

(v) Ili kuwapinga wafuasi wa Sabellius, Arius alifunza kwamba Mwana alizaliwa, huku akianza kuwako kwa mapenzi ya Mungu.

(vi) Alikubali kwamba Yesu Kristo alitumizwa na Mungu katika kazi ya kuumba, na ya kwamba yu mfano wa Baba halisi; na kwa huja hizo alikubali aitwe 'Mungu', na 'Neno', ila si kwa maana halisi.

Alipohukumiwa hivi, Arius hakukubali kuyaacha hayo mafunzo yake, ila alikwenda nchi ya Palestine, akawaandikia nyaraka nyingi kwa watu waliokuwa maarufu katika Kanisa, huku akitafuta upendeleo wao kwa kuziba-ziba, na kurahisisha mafunzo yake, yasionekane wazi kuwa ni makosa. Naye akapata kuvuta maaskofu kadhawakadha, na mapadre, na watu wengineo; na hasa mtu mmoja aliyeitwa Eusebius, askofu wa Nikomedia, akafanya urafiki naye sana. Huyo Eusebius aliwakutanisha maaskofu wa nchi ya Bithinia, wakamkubali Arius kuwa si mkosa, hata na huyo Eusebius mwingine, askofu wa Kaisaria, huyo naye hakuona kuwa Arius amekosa mno. Huyo Eusebius wa pili, wa Kaisaria, ni mtu aliyesifiwa sana kwa kazi zake alizozifanya za kuziandika tarehe za Kanisa la zamani zile.

Alexander, askofu wa Alexandria, alipoona ukaidi wa Arius, na hatari ya mafunzo yake, alizungusha waraka akiwapelekea maaskofu wote wa nchi za mashariki, na kuwaeleza kuwaonya juu ya uzushi huo. Kwa sababu, watu wengi walizidi kumfuata Arius, naye alifanya werevu sana, akatunga nyimbo nyingi zenye mafunzo yake, nyimbo za kuimbwa na mabaharia, na watu wanaosafiri, na wanawake wanaosaga, wakadhalika. Basi matata hayo yakazidi kwendelea, hata zikamfikilia Kaisari Constantine. Basi yeye Constantine akapeleka nyaraka kwa askofu Alexander, na kwa Arius, A.D. 324, akiwaonya sana ili wapatane, wala wasishindane katika maana ya maneno, ila wafuate amani na utulivu. Yule mjumbe wa Kaisari alipofika Alexandria alipata kuelezwa kwamba haya si maneno madogo, ni ya muhimu. Akarudi akamweleza Kaisari, na yeye akaona kwamba yampasa kufanya bidii yasije yakalipasua Kanisa, hayo mafunzo ya Arius. Basi alitoa amri ya kwamba maaskofu wote wa Kanisa la Kikristo wakutanike katika mji wa Nikea (Nicaea), nchi ya Bithinia, kuamua katika matata haya, A.D. 325. Amri hiyo ni ya kinamna, kwani tangu mwanzo wa Kanisa hata hapo hajapatikana Kaisari mmoja aliyetawala tangu magharibi hata mashariki, mwenye imani ya Kikristo, hata wasikize mwito wake Wakristo wote wa nchi zote. Wote walioitwa gharama zao zilichukuliwa na Kaisari mwenyewe, na kila askofu aliambiwa kuchukua makasisi wawili. Na katika mkutano huo Kaisari Constantine mwenyewe aliketi katika kiti cha enzi. Hawa waliomfuata Alexander katika mkutano hawakuzidi kwa jumla wao wale waliomfuata Arius, ila wana majina yaliyo bora.

Arius alipotoa huja zake, wengi walimwona kuwa anafanya kosa, wakaziba masikio yao. Aliyekuwa bora wa kumpinga huja zake lakini ni Athanasius, archdeacon wa Alexandria: huyo alifaa sana kumfunua wazi, na kuwaonyesha jinsi Arius alivyokosa, kwa maana Arius mwenyewe akafanya werevu mwingi ili kuziba maana ya maneno yake. Askofu Eusebius wa Kaisaria, ili kumsaidia Arius, alitaka kwamba wayakubali maneno ya Imani ya Kaisaria, aliyoyatumia yeye. Mkutano lakini waliona ya kwamba maneno hayo hayatoshi kumpinga Arius, nao walimkaza sana kwa kutia maneno hayo 'Kitu chake ni kimoja na cha Baba'. Wafuasi wa Arius walitaka kutia 'Kitu chake ni mfano wa kitu cha Baba'. Mwisho Arius na wenziwe walikana, na maaskofu wawili walitolewa kazini kwa walivyokataa kutia sahihi zao. Mkutano ukafumukana. Miezi michache baada ya kurudi kutoka Nicaea, huyo askofu

Iskander alikufa, na watu wote wa Iskanderia wakamchagua Athanasius awe askofu wao badala yake. Basi akawa askofu hivi, akiendelea muda wa miaka arobaini na sita baadaye. Na maisha yake yote alikuwa akishindania imani hiyo aliyoitetea juu ya wafuasi wake Arius. Alikuwa thabiti sana kwa ajili ya kweli hiyo ya Injili, maana, habari ya Nafsi yake Yesu Kristo jinsi alivyo. Kwa yeye Athanasius Mungu alililinda Kanisa lisishike uzushi huo wa Arius.

Lakini mambo yake Arius na wafuasi wake hayakwisha hivyo, maana, kwa miaka michache tu baada ya Mkutano wa Nicaea, Constantine alimsikiza kasisi mmoja aliyeusiwa na ndugu yake Constantia, naye kasisi huyo ni mfuasi wa Arius. Basi kasisi akamshawishi Constantine ya kwamba Arius alikuwa ameonewa pasipo sababu, naye Kaisari alimwita Arius, akamrudisha, A.D. 330. Athanasius lakini alikataa kumrudisha tena katika kazi yake ya ukasisi, ndipo wafuasi wa Arius wakaenda wakamshtaki Athanasius, na Kaisari akaamuru kwamba afukuzwe, aende kukaa katika mji unaoitwa Treves. Lakini Wakristo wa Alexandria walimkataa Arius, basi mfalme akamwita arudi Constantinople. Kisha Kaisari alitaka Arius apewe ruhusa tena kusongeza Ushirika Mtakatifu, lakini yeye mwenyewe Arius alikufa ghafula, alipotembea-tembea na kucheka-cheka njiani, usiku ule wa kuamkia siku ya kuruhusiwa kwake, A.D. 336. Watu wakaona ya kwamba ni Mungu aliyemhukumu hivi, asipate kukaribia mezani pake. Umri wake alipokufa ulipata miaka themanini.

Mfalme Constantine kubatizwa. Lakini hata sasa Kaisari Constantine alikuwa hajabatizwa bado. Imedhaniwa kwamba alikuwa 'msomaji', ila hatuna hakika. Arius alipokuwa amekufa kitambo kidogo, huyo Constantine akajiona hawezi sana, akadhani kwamba mwisho wake u karibu. Kwa hivyo aliwaita maaskofu, akataka kubatizwa, akawaeleza kwamba alitumaini kufika mto wa Yordani, apate kubatizwa humo, ila Mungu hakumjalia hivi, na sasa yu karibu kufa. Basi wakambatiza, naye hakuendelea kuishi siku nyingi tena, lakini siku zile alizokaa hai, baada ya kubatizwa kwake hakukubali kuvaa nguo nyingine ila nguo hizo nyeupe alizozivaa siku ya kubatizwa kwake. Hivi akafa Kaisari wa kwanza aliye Mkristo, siku ya Pentekosto, A.D. 337.

Baada ya kufariki kwake Constantine, mwanawe aliyeitwa Constantius akamrudisha Athanasius katika uaskofu wake. Akauzuliwa tena na maaskofu wafuasi wa Arius, akafukuzwa tena. Basi akaenda Rumi, akapewa haki katika mkutano wa maaskofu hamsini, waliokutanika chini ya Julius, askofu wa Rumi, A.D. 341. Kisha mkutano wa Sardika, nchi ya Illuria, A.D. 344, ulimrudisha katika uaskofu wake: watu wa Alexandria wakamkaribisha kwa furaha kuu, naye akaendelea kuitetea imani ya kweli hata alipokufa mwaka A.D. 373, umri wake ukipata miaka 76.

Mfalme Constantine akiisha kufa, ufalme wake ukagawanyikana kwa wanawe watatu. Katika hao lakini wawili walikufa karibu, ufalme ukashikwa na yule wa tatu, aliyeitwa Constantius. Huyo hakutaka kufanya matata, lakini alimpita baba yake kwa kutaka kujishughulisha na mambo ya dini, ambayo hakuelewa nayo sana. Wafuasi wa Arius wakamfitini, wakamdanganya kwa maneno yao, kama walivyomdanganya na baba yake, basi fujo ikazidi kwendelea.

Kaisari Julian. Kaisari Constantius hakuwa na wana, akataka kumrithisha ufalme mwana wa nduguye, mtu aliyeitwa Julian. Huyo Julian lakini hakuipenda dini ya Kikristo. Mwaka A.D. 361 Julian akaenda Gaul vitani. Baadaye Constantius akamtuma mjumbe mmoja aende kwake Julian, ili kumwamuru yeye na askari zake amri kadhawakadha. Julian lakini hakufurahiwa na amri hizo, akakataa kuzifuata, akamwasi Kaisari, yeye na askari zake wote. Basi Constantius alipopata habari ya uasi huo, akakasirika sana sana, akakusanya majeshi yake ya askari, akaenda kupigana vita na Julian, lakini aliposafiri njiani akashikwa na ugonjwa akafa. Julian akaushika ufalme, akawa Kaisari. Basi alianza mara moja kuirejeza tena dini ya zamani kama awezavyo, ila hakusubutu kuwatesa Wakristo kama desturi za zamani, kwa sababu wakati huo walikuwa wengi, kisha wenye nguvu. Aliwasumbua sana lakini, naye hakuwakanya wakuu wake walipowaudhi Wakristo vibaya. Pamoja na kuwasumbua Wakristo, Julian alijaribu sana sana kuirejeza dini ya Kiyahudi huko Yerusalemu, kwa maana alijua kwamba Wakristo na Wayahudi wa siku zile hawakupatana. Julian akawapa Wayahudi ruhusa kujenga tena hekalu katika mji wa Yerusalemu, naye aliwasaidia yeye mwenyewe katika kazi hiyo. Wayahudi wakafurahiwa sana, wakarudi nchi yao, kwa ungi wao wakakusanya mali mengi mno-mno, wakafanya bidii sana ili kuujenga mji huo. Wakafanya kazi, wake kwa waume, matajiri kwa maskini, hata na watoto pia, ikawa kazi ya nderemo kuu. Wakristo lakini wakakumbuka maneno ya Bwana Yesu, ya Luka 21 : 24, "Yerusalemu utakanyagwa na Mataifa, hata majira ya Mataifa yatakapotimia", nao waliona kwamba kazi hiyo ni kama kazi ya kumtukana Mungu. Basi Wayahudi walipokuwa wamejenga misingi ya mji, mitetemo mikuu ya nchi ikatokea ghafula ikavunjavunja misingi hiyo; kisha dharuba kuu ikatokea, umeme ukashuka kutoka mbinguni, ukawaua wengi waliokuwa wakijenga, hofu kuu ikawaingilia, kazi ikaachwa. Basi Julian alishikwa na hasira kubwa aliposikia habari hizo, na kwa ukaidi wake aliyokuwa nayo akafanya shauri kwamba ataujenga mji huo yeye mwenyewe. Lakini kwanza alikuwa na kazi kwenda vitani Persia, naye alikusudi kwenda kuujenga mji mara moja atakaporudi kutoka vitani. Hakupata nafasi lakini, kwa sababu mwaka A.D. 363 aliuawa kuko-huko Persia vitani. Tena, habari iko ya kwamba huyo Kaisari wakati alipokufa akanena 'Wewe umeshinda, Ewe Mgalilaya', ndiyo maneno yake ya mwisho aliyoyasema kabla hajakufa.

Dini ya Kikristo imeshinda. Hivyo Ukristo ulishinda juu ya dini ya miungu mingi, kwa maana, makaisari wote wa Rumi waliotawala baada ya huyo walikuwa Wakristo. Tena, hiyo Imani ya Nikea iliwekwa imara kuwa ndiyo Imani ya Dini ya watu wa ufalme wa Rumi. Basi ndivyo dini ya Kikristo ilivyokaa tokea mwanzo wake mdogo hata kuwa ndiyo dini iliyokubaliwa kwa amri ya Kaisari; ijapokuwa katika hao wenyeji wenyewe walikuwako wengi ambao kwamba hawakufurahiwa kwa mambo hayo. Jambo la kwanza lililotendeka lilikuwa kuyasafisha mambo ya maisha ya watu, basi hayo matatu yakatokea:

(a) *Gladiators.* Kanisa lilikataa kumbatiza mtu aliyekuwa 'Gladiator', maana, ni watu waliopigana kwa panga na kuuana waonekane mbele ya watu. Kisha watu waliokwenda kuyaangalia hiyo michezo ya namna hiyo walikatazwa wasikubaliwe katika Meza ya Bwana. Michezo hiyo ilianza kupungua, Kanisa lilipoipinga hivi, na Michezo ya mwisho ya namna hii ilikuwa mwaka A.D. 391, nayo ilikuwa hivi: Mtu mmoja mtawa (monk) aliyeitwa jina lake Telemachus, alipoingia ghafula mahali walipokuwa wakipigana watu hao, akijaribu kuwatenga, mwenyewe aliuawa, kwa kupigwa kwa mawe; lakini kufa kwake kulileta kushinda, maana, tangu hapo mambo hayo yalikomeshwa, watu hawakuyakubali tena.

(b) *Utumwa* (Slavery). Kanisa la Kikristo kwa mafunzo yake

lilikomesha na utumwa usiwe. Mtumwa na bwana wake walipopiga magoti pamoja kwenye Karamu ya Bwana, hawana budi waliona ya kwamba ni watu wa udugu mmoja. Kisha mema ya Kikristo, upole na mapenzi, yakaleta moyo wa kuwahurumia watumwa. Watu waliokuwa na watumwa wao walianza kuwaacha kuwa huru, ili wapate wenyewe kuwa na fadhili mbele ya Mungu.

(c) *Hospitali*. Nyumba ya kuwauguza wagonjwa, maana, 'Hospital', ya kwanza ya kufanywa kwa ukarimu, au, sadaka za watu, ilibuniwa na Bibi mmoja wa Kikristo, aliyeitwa Fabiola, katika mji wa Rumi. Mwaka ilipoanzwa haujulikani, ila ni karne ya nne.

Pamoja na hayo, wakati huo wa dini kuamriwa kwa kifalme ulikuwa wakati wa hatari, kwa maana, mafunzo mengine-mengine ya Yesu Kristo yalipotea. Wakristo walikuwa wakijishughulisha zaidi katika maneno ya nje-nje ya hiyo Imani, kuliko kujishughulisha katika hiyo Injili yenyewe na mambo yake ya ndani. Kanisa la Kikristo likawa kama jamii ya watu tu. Katika mambo yaliyokuwa ndani yake mengi yalikuwa ni ya Kristo kweli, lakini mengi tena ni ya dunia. Tokea wakati huo ilikuwa kazi ya kufanya bidii kwamba Kanisa lenyewe lizae matunda ya rohoni, lisije kuingiliwa na mambo ya dunia. Wakristo waliendelea na kazi yao ya kuitangaza habari za Yesu, lakini vita walivyokuwa navyo, au hatari walizokuwa nazo, zilikuwa ni hizo za ndani, rohoni.

10
Ufalme wa Rumi kushindwa vitani
Nyumba za Watawa
Wakristo Waarufu wa hizo 'zamani za giza'
Uzushi wa Eutyches

Ufalme wa Rumi Kushindwa Vitani

MWAKA A.D. 410, neno kubwa lilitokea, maana, majeshi ya askari za Rumi walishindwa vitani na askari za Alaric, mfalme wa Dachi (Goth), na mji wa Rumi ukashikwa. Wakati huo nguvu za ufalme wa Rumi zilikuwa zinapungua kidogo-kidogo, basi hapo kwanza alipokuja Alaric, katika safari yake ya kwanza, hao Warumi wakampa fedha nyingi ili aondoke, asipigane nao vitani. Akazipokea hizo fedha akaondoka, lakini baadaye akaja tena na majeshi yake, akakataa kipawa, akaushinda mji, akauharibu-haribu, akawaua Warumi wengi, akazichukua nyara kubwa sana. Mtawa mmoja akamwendea Mfalme Alaric, akamsihi-sihi sana asiuharibu mji wa Rumi. Mfalme akajibu akamwambia ya kwamba sauti iliyo ndani yake ilikuwa imemwambia ya kwamba inampasa kuuharibu mji huo, naye lazima asikie hiyo sauti, basi hana budi ya kuubomoa-bomoa huo mji. Kwa sababu hiyo watu wengi walidhani ya kwamba Alaric ndiye mtumishi wake Mungu, nao waliona kwamba amewezeshwa na Yeye kwa kazi hiyo kuuangamiza ufalme wa Rumi. Jambo hilo la kushindwa kwake ufalme wa Rumi liliwashangaza watu wote wa ulimwengu wa zamani zile, kwa sababu ufalme huo ulikuwa umetawala muda mwingi kwa nguvu ya ajabu, na kwa utukufu mwingi. Wengi walisema kwamba Mungu ndiye aliyeupiga mji huo, kwa sababu ujapokuwa uliitwa kwa jina kuwa ni mji wa Kikristo, ulikuwa na mambo mengi ya kishenzi yaliyokubaliwa ndani yake. Maana Wakuu wa mji na matajiri wengi hawakutaka kufuata kielelezo cha Kaisari na kushika dini kwa moyo safi: hawakutaka kuwaacha watumwa wao wawe na uhuru; wala kuyatoa mambo yao ya zamani, kama ile michezo ya wale 'gladiators', wakadhalika. Na zaidi walikaza kuyashika mambo hayo, kwa vile walivyomkasirikia Mfalme Constantine alipohama akaenda kukaa katika mji wa Constantinople, wakiona kwamba mji wao wa Rumi unadharauliwa na mfalme wake. Alaric lakini aliyateka nyara mali za hao waliotawala mjini, kisha aliyabomoa mahekalu, kwa kuwa yeye na askari zake walikuwa Wakristo kwa dini yao, ijapokuwa hawakushika dini iliyo safi. Wao walikuwa wafuasi wa Arius. Basi hiyo dini ya zamani ya Kirumi iliyomshinda Kaisari Constantine kuiondoa, iliondolewa mara moja na mfalme Alaric kwa ukali wa vita; dini hiyo ilikwisha, na dini ya Kikristo ilianza kusimama kwa nguvu.

Lakini, hata neno hili lililileta hatari, kwa maana yule askofu wa Rumi alianza kuangaliwa na wenyeji wote wa nchi ya Italy kuwa ndiye kichwa chao. Hapo mfalme Constantine alipouacha mji wa Rumi, akaenda Constantinople, askofu wa Rumi aliachwa bila mfalme juu yake. Siku zile walikuwapo maaskofu watatu wenye daraja ya juu, wakiitwa "Patriarch", ndio maaskofu wa miji ya Rumi, Iskanderia, na Antiokia. Lakini kwa sababu ya mashindano kati yao, hasa tofauti za dini baini ya Waantiokia nao Waiskanderia, Mkutano wa Chalcedon (A.D. 451) umewahesabia maaskofu wa Constantinople na Yerusalemu kuwa "Patriarch" sawa na wengine watatu. Matokea ya tendo hilo ni kuwagawanya Wakristo wa Mashariki chini ya Mapatriarch wanne, bali Wakristo wa Magharibi walikuwa chini yake mmoja tu, mwenye utawala juu ya makanisa yote ya Magharibi. Tena, askofu wa Rumi alianza kutangaza habari ya kwamba kila mtu aliyehukumiwa hukumu iliyo kuu ya Kanisa ana ruhusa kutaka rufani kwake yeye. Basi, kwa alivyojitukuza hivi, kisha ni mtu hodari sana wa kutawala, na tena alitumainiwa na wenyeji kuwa mfalme wa nchi, baadaye huyo askofu alipata kuangaliwa zaidi, na jambo hilo ndiyo asili ya kukua 'Papacy', maana, Ukuu wa Kanisa la Rumi.

Monasteries (Nyumba za Watawa)

Kanisa lilipoanza kuwa na nguvu, na utajiri, lilikuwa na hatari kuu ya kuingiliwa na mambo ya dunia, ndiposa Wakristo wengine walianza kukaza sana sana kwamba haimpasi mtu afanyaye kazi kanisani kuoa; afadhali ajitenge na ulimwengu na mambo yake ya raha. Kukaza zaidi mafunzo hayo ya kukimbia raha za dunia kulifanya kwamba wengi wakimbie na kukaa katika majangwa na milimani, mahali ambapo 'maisha matakatifu' yao yakawa katika kujizuia katika kula chakula, wakadhalika. Wakristo walioanzisha jambo hili waliitwa 'watawa' au 'monks', na maana yake neno hilo 'monk' likifasiriwa ni kusema 'mwenye kukaa peke yake', kwa sababu walikimbia na kukaa katika mapango barani, wakisema kwamba walitaka kukifuata kielelezo chake Yohana Mbatizaji.

Mkristo wa kwanza aliyejitenga hivi ni mtu aliyeitwa Paulo, wa Iskanderia. Huyo Paulo alimvuta mtu mwingine, aliyeitwa Anthony, (Antonio) mtu wa Misri, akawa naye 'Hermit'. Basi huyo Anthony alikuwa mtu tajiri sana, akatoa mali zake zote, akaenda kukaa barani. Sifa zake zikaenea, hata wengi wakamwendea, wakawa wanafunzi wake. Yeye Anthony mwenyewe alikaa peke yake, lakini hao 'hermits' walipozidi hesabu yao na kuwa wengi, walianza kujijengea nyumba, na nyumba hizi ziliitwa 'Monasteries' na yule mkubwa wa 'monastery' akaitwa 'Abbot' maana, ni 'Baba'. Watu hao walijishughulisha katika kuyaaza-aza mambo ya mbinguni, wakajinyima chakula kizuri, na nguo zilizo nzuri.

Kisha hao walio waaminifu moyoni, wasio na unafiki, pia wakajiingiza katika hatari, maana, wakapewa fedha wao nao, katika sadaka za watu waliowaheshimu: wakaanza kusifiwa mno mno kwa maisha yao ya maumivu. Wengi waliotaka kuhesabiwa watakatifu zaidi, walianza kujiumiza miili yao, wakafanya mambo mengi ya upuzi ili kuuponda-ponda mwili kwa ajili ya roho zao. Wengine wakatembea-tembea kwa miguu minne, kama nyama, wakala majani. Mtu mmoja, aliyeitwa Symeon, na wafuasi wake, wakajijengea minara, wakakaa juu ya minara hiyo, mchana na usiku, hata kufa kwao. Huyo Symeon mwenyewe, mnara wake, aliojijengea kwa mawe, ulijengwa kufika juu sana, yapata futi kama sabini, kwenda juu kwake; kisha juu ulikuwa mwembamba sana, wapata futi kama tatu, upana wake. Na Symeon akiisha panda juu ya mnara huo, hakutoka tena kamwe: kakaa juu ya mnara huo muda wa miaka 37. Siku za baridi pengine alifunikwa kwa thaluji na barafu, na pengine upepo ulikuwa mwingi akawa katika hatari ya kuangushwa chini: na siku zote alikuwa anavaa pingu nzito za chuma shingoni, na mikufu mizito miguuni. Akakaa hivi hata alipokufa. Kwa kufanya hivi akasifiwa na wote kuwa ni mtakatifu kupita wote: wengi wakaja kutoka nchi za mbali ili kumtazama: sifa zake zikavuma kote-kote.

Wakristo waarufu walioishi katika hizo 'zamani za giza'

(i) *Augustine*, *(Agostino)* *Askofu wa Hippo*, A.D. 354-430

Huyo Augustine alizaliwa Tagaste, katika nchi ya Numidia. Mama yake alikuwa ni Mkristo mwema, jina lake akiitwa Monica (Monika); baba yake alikuwa mshenzi, tena mtu mchafu wa maisha. Mama akafunza Augustine dini, lakini hakubatizwa, kwani siku zile watu hukawia kubatizwa. Augustine alipokuwa angali mtoto, siku moja akaugua sana sana, akataka kubatizwa, wakaanza kuweka vitu tayari kwa ubatizi; mara akaanza kupona, basi hakubatizwa. Katika ujana wake alishikamana na marafiki wabaya, akaingia sana katika maisha ya dhambi. Alipopata Augustine umri wa miaka 17, baba yake alikufa, naye alikubali kubatizwa wakati wa kufa kwake, kwa vile mkewe alivyomsihi atubu akabatizwe. Mama yake Augustine alipofiliwa hivi na mumewe akawa maskini, lakini jirani mmoja, tajiri, akamlea Augustine kama mwanawe, kisha alitoa mali sana ili kwamba afundishwe elimu ya siku zile. Akajifunza kwa upesi, akaonekana kuwa na akili nyingi. Akazidi lakini kuishi maisha maovu, akamsikitisha mama yake. Baadaye alianza kufanya kazi ya kuwafundisha vijana, ila wao walikuwa vijana wakaidi, wakamsumbua, basi yeye akachoka akasafiri akaenda Rumi.

Huko Rumi alipata kusikia habari za Ambrose, askofu wa mji wa Milan, mtu aliyesifiwa sana sana siku hizo kwa alivyohubiri vizuri. Basi Augustine alikwenda kumsikiza, mahubiri yake yakamshika sana moyoni, akaenda mara kwa mara ili kusikia zaidi, naye mwisho alianza kutubu, na kuona haya kwa ajili ya uchafu wa maisha yake. Tena, Augustine alivutwa sana moyoni alipoambiwa na rafiki mmoja habari za maisha yake huyo Anthony, ambaye tumekwisha soma habari zake hapo juu. Haya basi, siku moja alipokuwa ameanza kufikiri-fikiri hivi, alikuwa amelala bustanini, akipumzika mchana, naye alikuwa karibu ya kupata usingizi. Mara akasikia sauti, kama sauti ya mtoto, ikiimba-imba, na kusema, 'Twaa, kasome; twaa, kasome.' Aliposikia sauti hiyo, Augustine akaamka, akaangalia, akaona chuo kimoja kilichowekwa hapo karibu naye, basi akakitwaa chuo hicho akakisoma: na maneno aliyoyasoma ni haya, "Kama iliyohusika na mchana na tuenende kwa adabu; si kwa ulafi na ulevi, si kwa ufisadi na uasherati, si kwa ugomvi na wivu. Bali mvaeni Bwana Yesu Kristo . . ." (Warumi 13 : 13). Maneno hayo yakamchoma moyo sana; basi mwaka A.D. 387 akabatizwa na huyo rafiki yake Ambrose. Akatoka mji wa Rumi, akarudi kwao, Hippo; mama yake akafurahiwa sana sana kwa jambo hilo lililotokea kwa ajili ya maombi yake, na baada ya miezi michache akafa katika furaha.

Augustine aliendelea katika njia ya Kikristo, na siku moja alipokuwamo kanisani, Valerius askofu wa Hippo akahubiri, na katika kuhubiri kwake akawaonyesha watu ya kwamba ana haja sana ya mtu mmoja kuweka awe kasisi. Mara wenyeji wakamshika Augustine kwa nguvu, wakampeleka kwa askofu, wakamchagua awe kasisi wao, ajapokuwa yeye mwenyewe alitaka kukataa. Askofu Valerius akaisikia sauti ya hao wenyeji, akampa Augustine daraja ya ukasisi, mwenyewe asitake. Baada ya miaka michache yule Valerius alikufa, ndipo wenyeji wakamchagua Augustine awe askofu wao, badala yake. Akiwekwa hivi akakaa Hippo muda wa miaka 35, akifanya kazi za uaskofu wake kwa uaminifu sana. Augustine aliandika vyuo vingi vyenye kueleza mafunzo ya Mtume Paulo, katika habari hiyo ya mtu kupewa haki bure kwa neema. Akapigana vita hodari na uzushi wa kila namna. Neno moja alilolikaza ni hilo la 'dhambi ya asili'.

Kisha aliondoa jambo hilo la watu kukawia kubatizwa, akiwafundisha kwamba hio sio desturi njema. Mafunzo yake na vile vyuo alivyoviandika vimefaa sana Kanisa la Kikristo, hata siku hizi zetu. Kisha maisha yake yalikuwa kielelezo kikuu cha maisha yaliyo safi, katika hizo zamani za giza. Alifanya bidii sana sana kuwahubiria watu habari za wokovu, na kuitetea kweli ya Injili. Chuo kimoja alichokiandika kinaitwa, jina lake, 'Maungamo ya Augustine." Ni chuo hicho kilichotuletea sisi habari hizo za maisha yake yeye mwenyewe, kisha ndani yake ameandika maneno hayo yaliyo mazuri sana, akasema 'Wewe Mungu umetuumba sisi kwa ajili yako Wewe Mwenyewe; kisho mioyo yetu haitaona raha kamwe mpaka itakapoiona kwako Wewe'. Augustine ndiye huyo aliyetajwa katika Sharti ya Dini (Article) XXIX.

(ii) *Jerome*, A.D. 340-420. Jerome alikuwa wakili aliyefanya kazi katika mji wa Rumi. Alipofika umri wake wapata miaka 30 alibatizwa, akaenda akakaa jangwani, katika nchi ya Palestine, muda wa miaka kumi, ili kujifunza lugha ya Kiebrania. Aliporudi Rumi alijaribu sana sana kuyasafi maisha ya Wakristo, huku akiwafundisha kwamba wajinyime raha za kidunia. Baada ya miaka mitatu akarudi Palestine, akajenga monastery huko karibu na mji wa Bethlehemu, akaketi humo hata kufa kwake. Kazi kubwa aliyoifanya Jerome ni kulifasiri Agano la Kale liwe Kilatini (Vulgate). Tena, ndiye aliyepambanua kati ya Vyuo vya Kanuni na hivyo Vyuo vya Apocrypha; kama tunavyosoma katika Article VI. Sifa za huyo Jerome zilienea kote-kote kwa ajili ya maarifa yake, na kwa jinsi maisha yake yalivyo mema: kisha maandiko yake yamelifaa sana Kanisa la Kikristo.

(iii) *Chrysostom* (Krisostomo) A.D. 350-407. John Chrysostom alizaliwa Antiokia. Kwa vile alivyohubiri kwa maneno yaliyo matamu sana, yenye kuwavuta watu moyoni, alipewa jina hilo la 'Chrysostom'; maana yake neno hilo likifasiriwa ni kusema 'Mwenye kanwa la dhahabu'; ndiyo sababu ya yeye kuitwa Chrysostom. Mwaka A.D. 398 aliwekwa awe askofu wa Constantinople, lakini alifukuzwa bado kidogo, kwa alivyosubutu kumkemea Kaisari na wakubwa wake, pamoja na makasisi, kwa ajili ya uovu wa maisha yao. Wakati alipokufa, lakini, katika nchi ya ugeni alikokaa tangu kufukuzwa kwake, akanena 'Mwenyezi Mungu na ashukuriwe kwa vyote alivyonitendea': akiisha sema maneno hayo akafa. Sala ile ya "Kitabu cha Sala kwa Watu Wote", ambayo imetajwa "Sala ya Krisostomo Mt.", imetungwa na mmojawapo wa wafuasi wake, baada ya kufa kwake.

Uzushi wa Eutyches. Eutyches alikuwa ni Abbot wa monastery iliyo kuu, katika mji wa Constantinople. Si mtu mwenye elimu sana, ila alikuwa na bidii nyingi, akaheshimiwa sana na wale monks wa monastery yake. Katika kufundisha kwake, lakini, Eutyches alikosa, akaletwa na Askofu wake mbele ya mkutano wa Kanisa uliokutanika Constantinople, A.D. 448, akashtakiwa kwamba ni mzushi, akahukumiwa na kuondolewa kazini mwake. Na kosa alilolifundisha ni katika habari za mwili wake Bwana Yesu jinsi ulivyokuwa; kwani alikaza zaidi mafunzo ya huo umoja wake Bwana, akakosa kueleza habari za zile asili mbili zilizo katika huo mwili wake, maana, ni Mungu kweli, kisha ni Binadamu kweli. Kwa hivyo, mafunzo ya Eutyches yalimwondolea Bwana Ubinadamu wake.

Alipohukumiwa hivi, na kuondolewa kazini, matata makubwa yakatokea, kwani wale monks wa monastery wakamtetea kwa nguvu na ukaidi. Basi, fujo ilipozidi, mkutano mkubwa ulikutanishwa Efeso, mwaka A.D. 449, ili kuliangalia neno hilo tena, na kwa walivyomtetea kwa ushujaa mno, wafuasi wa Patriarch wa Iskanderia pamoja na watumishi wa Kaisari wakamwamua Eutyches kuwa na haki. Kulikuwa na mashindano makali katika mkutano huo, hata watawa wengine waliokuwamo wakapigana, na mtu mmoja aliyezidi kumshtaki Eutyches akauawa. Basi, makanisa ya nje-nje hayakukubali shauri hilo lililokatwa kwa nguvu hivi, na mwaka A.D. 451, Mkutano wa Kanisa Zima, maana General Council, ulikutanishwa katika mji wa Chalcedon, ulio karibu na Constantinople, kulifikiri tena. Mkutano huo ukaonyesha wazi kwamba Eutyches alikuwa amekosa katika mafunzo yake, kisha ukakaza tena Imani ya Nikea, kwamba ndiyo Imani iliyo kweli ya Kanisa. Tena, Mkutano wa Chalcedon umekaza "Imani ya Athanasio" ya kuwa Kristo ni "Mmoja, si kwa Uungu kugeuka mwili: ila kwa kuutwaa utu na kuuunga na Mungu; Mmoja kabisa, si kwa kuuchanganya Uungu na utu, bali kwa kuwa Nafsi mmoja tu".

Walakini, baadaye Wakristo wengi hawakukubali na Mkutano wa Chalcedon, wakajitenga na Kanisa la Imani ya Chalcedon, kuitwa

"Monophysites" hata leo. Maana ya jina hilo ni "asili moja tu" badala ya Uungu na utu pamoja katika nafsi moja. Lakini, si haki kuwashtaki kuwa sawa na Eutyches — imani yao ya siku hizi haina tofauti kubwa na imani ya Wakristo wengine. Wapo katika Syria (Shamu) na Bara Hindi, ambapo wajiitao "Jacobite", pia Misri na Uhabeshi wenye jina la "Coptic", mwishoni Armenia. Bali, Waarmenia wakataza uzushi wa Eutyches ingawa wao wenyewe wameitwa "Monophysites", kwa sababu ya kutoweza kwenda Chalcedon hawakukubali sharti zake tu.

11
Dini ya Kikristo katika Nchi ya Uingereza

Dini ya Kikristo katika Nchi ya Uingereza

JINSI dini ya Kikriso ilivyofika kwanza nchi ya Uingereza hatuwezi kusema kwa hakika. Wako waalimu wanaosema kwamba ililetwa na Yusufu, yule mtu wa Arimathea, aliyemzika Bwana Yesu, ila hatuwezi kuhakikisha neno hili. Mapokeo mengine ya Kanisa husema kwamba Mtume Paulo ndiye aliyeileta: labda ndivyo, kwa sababu yeye alipofunguliwa katika kufungwa kwake kwa kwanza, katika mwaka wa tano wa kutawala kwake Nero, akasafiri-safiri sana muda wa miaka kenda, kabla hajakamatwa tena na kutiwa gerezani mara ya pili, na kuuawa. Haya basi, katika miaka hiyo kenda Paulo alikuwa na nafasi sana ya kumtosha afike Uingereza; kisha huyo Clement wa Rumi ameandika kwamba 'Mtume Paulo alifika pande za mwisho za magharibi'. Tena, iko hadithi iliyokubaliwa ya kwamba hao 'Pudens' na 'Kilaudia', waliotajwa na Paulo, 2 Tim. 4 : 21, ni Waingereza, na kwamba ni watu waliofundishwa na Mtume Paulo mwenyewe.

Katika mateso yaliyotokea katika enzi ya Diocletian, shahidi mmoja, jina lake akiitwa Alban, aliuawa kwa kumwungama Kristo, kama tulivyosoma hapo juu, mwaka wa A.D. 304. Na katika mateso hayo Waingereza wawili tena wakauawa, waliitwa majina yao Harun na Julius, pamoja na wengine tena ambao majina yao hayajulikani sasa.

Katika mwaka A.D. 314, maaskofu walitoka miji ya London, na York, na Lincoln, miji ya Uingereza, wakaenda kukutana katika huo Mkutano wa Arles, wakatia sahihi zao katika ile 'Hati ya Arles', kama tulivyosoma hapo juu, ukurasa wa 59. Tena, katika Mkutano wa Nikea, mwaka wa A.D. 325, maaskofu wa Uingereza walikuwako: na Kanisa la Kiingereza lilikubali hiyo Imani ya Nikea. Hilary, askofu wa Poitiers, A.D. 295-368, aliwaandikia maaskofu wa Kanisa la Kiingereza, akawasifu kwa vile walivyolilinda Kanisa lao katika uzushi wa Arius.

Mtu mmoja maarufu wa Kanisa la Kiingereza, wa zamani zile, ni Pelagius. Alizaliwa nchi ya Wales, jina lake akiitwa Morgan, ila alijipa jina la pili Pelagius. Huyo alikuwa mtawa, akasafiri na mtawa mwingine, aliyeitwa Celestius, wakaenda Misri, na Rumi na Constantinople. Hapo Rumi wakakaa muda lakini huo mji uliposhikwa na Alaric, Pelagius na mwenziwe wakahama, wakaenda Carthage, na kutoka huko wakaenda Palestine. Lakini kila walikofika wakafunza watu uzushi: na wafuasi wao ndio hao waliotajwa katika Sharti IX, ambao wanakosa katika mafunzo ya 'dhambi ya asili'. Kwa sababu ya mafunzo hayo ya uzushi, wakashindana sana na kina Jerome, na Augustine, na Chrysostom. Celestius alipigiwa marufuku, akatengwa kanisani (A.D. 412); Pelagius na wafuasi wake wakafukuzwa waende kukaa katika nchi ya mbali, wakanyang'anywa mali zao (A.D. 431).

Tangu mwaka wa A.D. 54 hiyo nchi ya Uingereza ilihesabiwa kuwa ni chini ya Ufalme wa Rumi, ijapokuwa wenyeji wengi hawakukubali kabisa kutawaliwa na Kaisari. Wale wenyeji wa zamani zile waliitwa Britons, nao walikuwa na wafalme wao wenyewe. Baadaye lakini hao Britons walishindwa vitani na Warumi, na nchi yao ilitawaliwa na makaisari wa Rumi hata mwaka wa A.D. 410. Lakini katika mwaka huo wa A.D. 410, wale Warumi walilazimishwa kuiacha nchi ya Uingereza kwa ajili ya hatari waliyokuwa nayo huko kwao, maana waliondoa majeshi yote ya askari zao kutoka Uingereza, wakayapeleka Rumi ili kuulinda mji wao katika vile vita vikali alivyopigana nao Alaric, mfalme wa Wagoth (tazama hapo juu). Warumi walipoondoka hivi, hao Waingereza walishindwa vitani na watu washenzi wa kabila tatu, Angles na

Saxons na Jutes: nchi yao ikashikwa, ikaitwa tangu siku hizo 'Angleland', au England. Warumi, wakiisha shindwa vitani na Alaric, hawakupata kurudi tena Uingereza.

Hao Waingereza wa asili, maana Britons, hawakukubali kuwahubiri Injili watu washenzi hawa waliowashinda vitani, basi washenzi wakaendelea katika dini zao za zamani, na wale Britons walizidi kuisimamisha dini yao ya Kikristo. Iliendelea hivi basi muda wa miaka kama mia tena. Kanisa la Kiingereza lilikuwa na maaskofu wake. Hao maaskofu wenyewe walijinena kuwa wamewaandama Mitume wa Kristo katika mafunzo yaliyo safi, maana, walisema ya kwamba hiyo dini ilikuwa inaletwa hapo kwanza na hao Wakristo wa kwanza waliojuana na Mitume wa Bwana, basi ikahubiriwa kwa usafi wake. Maaskofu walilitawala Kanisa lao kwa njia ya Baraza iliyoitwa Synod.

Pamoja na hilo Kanisa la Kiingereza, kulikuwako Kanisa la Ireland, na Kanisa la Scotland. Mwaka A.D. 387, alizaliwa mtu mmoja aliyeitwa Patrick. Baba yake alikuwa Shemasi. Alipokuwa kijana, umri wake wapata miaka kama 16, Patrick alikamatwa, pamoja na ndugu zake wawili, na watu waliotoka nchi ya Ireland, wakapelekwa huko kwa nguvu, wakawekwa wawe watumwa. Wakafanya kazi hiyo ya utumwa muda wa miaka saba, ndipo Patrick akakimbia akarudi kwao; lakini moyoni alitamani sana siku zote kuwarudia hao waliomkamata, ili kuwahubiri Injili. Alipokwisha kusoma na kupewa daraja ya Ukasisi, alikwenda tena Ireland, pamoja na wenziwe kumi na wawili, ili kufanya kazi hiyo, ambayo kwamba amejiwekea na kuiombea kwa muda mwingi, yapata miaka kama ishirini. Watu wa Ireland walimkaribisha vizuri, akafanikiwa katika kazi zake za Injili: akajenga makanisa na nyumba za utawa (monasteries). Nchi ya Ireland ilishika sana dini ya Kikristo, pande zote. Patrick alikufa mwaka A.D. 465.

Mwaka A.D. 521 alizaliwa mtu mmoja huko Ireland, aliyeitwa jina lake Columba. Mtu huyo alifundishwa katika Monastery ya Clonard, akapewa daraja ya ukasisi. Mwaka A.D. 563 akasafiri, pamoja na watu kumi na wawili, walioitwa 'Mitume kumi na wawili wa Ireland', wakaenda kuhubiri Injili katika nchi ya Scotland. Wakajenga monastery kubwa katika kisiwa cha Iona, naye Columba alikaa huko muda wa miaka 34: kutoka huko yeye na wenziwe wakasafiri-safiri kote-kote katika nchi ya Scotland, hata nchi nzima ilikuwa imekubali Injili. Columba akafa mwaka A.D. 597 katika kisiwa cha Iona.

12
Kanisa la Rumi lilivyoanza kujitukuza
Kuanza kwake dini ya Kiislamu
Kanisa la Rumi lilivyozidi

Kukua kwake Papacy, maana, ni Ukuu wa Kanisa la Rumi
Gregory. A.D. 596-604. Gregory alizaliwa Rumi A.D. 540: baba yake alikuwa mtu mwungwana, kisha tajiri. Alipopata umri wa miaka 30, Gregory aliwekwa awe Mkuu wa Serkali, katika mji wa Rumi, akawa na heshima kuu, na utajiri. Baada ya miaka mitano, lakini, akaacha mambo hayo ya dunia, akawa mtawa, akatoa mali yake yote ili kuwasaidia hao monks na kazi zao; akaitengeza nyumba yake iwe monastery, nayo ilikuwa ni nyumba kuu mno. Basi akawa mtu wa bidii sana katika kuihubiri dini; kisha alikuwa mtu hodari sana katika kuamrisha, na katika kutengeneza mambo yaliyopotoka, na katika kutengeneza mambo mapya-mapya.

Siku moja Gregory alipokuwa akitembea-tembea sokoni, aliwaona vijana waliowekwa kuuzwa sokoni wawe watumwa. Akauliza habari za vijana hao, akasema 'Je! ni watu wa kabila gani hawa, wenye nyuso nyeupe hivyo?' Wakamjibu, wakamwambia, 'Ni watu wa kabila ya Angles hawa.' Ndipo akanena, 'Angles! Nyuso zao ni kama nyuso za angels' (maana, malaika). Akaendelea kusema, 'Laiti kwamba ningeweza mimi kwenda kuwahubiri watu wa kabila lile.' Tokea siku hiyo alitumaini kwenda Uingereza kuhubiri, na baadaye, alipopewa daraja yake ya Ukasisi, akafunga safari, akaondoka kwenda huko. Lakini, yule askofu wa Rumi, alipata habari, akawatuma wajumbe waende kumfuata na kumrudisha; wakaenda wakampata, wakamrudisha. Askofu alipoonana naye, akamkataza asiende Uingereza, akamwambia ya kwamba ana haja naye Rumi, kwa sababu hao wenyeji wa Rumi walimpenda sana, wakamtaka afanye kazi ya Ukasisi humo. Lakini siku zote Gregory alitamani kwenda kuwahubiri Waingereza, asipate nafasi. Lakini baadaye aliwekwa yeye awe askofu wa Rumi, A.D. 590, basi mara moja akamtuma Augustine, aliyekuwa Abbot, pamoja na monks arobaini, waende huko kuhubiri badala yake. Habari za Augustine tutasoma hapo chini. Mambo hayo basi yanatuonyesha jinsi alivyokuwa na bidii na mapenzi huyo Gregory, kisha alivyokuwa hodari katika mambo yote ya dini. Pamoja na hayo, kwa vile alivyokaza kunena kwamba ukuu wa Kanisa ni huko Rumi, alisema ya kwamba uaskofu huo wa Rumi uliwekwa na Mtakatifu Petro mwenyewe: neno hilo tumekwisha kuliangalia hapo juu.

Wakati alipotawala katika uaskofu wa Rumi, nguvu na utajiri wa uaskofu huo uliongezeka sana. Kisha aliwaongezea hao monks sana uwezo na heshima, huku akiwatuma huko na huko ulimwenguni kuhubiri. Tena, alishindana na yule Patriarch wa Constantinople, na kumshinda katika neno hilo la ukuu wa uaskofu wa Rumi.

Kuanza kwake dini ya Kiislamu, na ilivyoidhuru dini ya Kikristo

Gregory alipokwisha kufariki, baada ya miaka michache, dini mpya ikatokea ulimwenguni, naye aliyeianzisha ni Mwarabu, jina lake akiitwa Muhamadi. Mtu huyu alizaliwa Mecca, A.D. 570, naye hapo kwanza alikuwa mtu wa tabia njema, lakini baadaye alipofanikiwa akageuka asiwe mtu mwema tena. Huyo Muhamadi alichukiwa kwa vile Waarabu walivyoabudu sanamu wengi mno, akaenda huko na huko ili atafute dini iliyo safi. Lakini zamani zile Kanisa la Kikristo lilikuwa gizani, na dini ya Kiyahudi ilikuwa haina uhai ndani yake, basi mtu huyo aliyetoka katika nchi ya mbali hakupata kufundishwa dini ya kweli. Lakini mwenyewe alisema ya kwamba alifundishwa dini hiyo kwa maono yaliyomtokea kutoka mbinguni. Alianza kutangaza maona hayo mwaka A.D. 610.

Muda wa miaka mitatu aliwafunza jamaa zake tu: baadaye alianza kutangaza ya kwamba yeye ni nabii wa Mungu aliyetumwa ulimwenguni. Wenyeji wa Mecca wakamkataa, wakaanza kumwudhi yeye na wenziwe, ndiposa alikimbia, akaenda mji wa Medina, A.D. 622. Kukimbia huku kumeitwa kwa lugha ya Kiarabu, 'Hejira', na hao Waislamu wauhesabu mwaka huo kuwa ni wa kwanza wa dini yao. Wenyeji wa Medina wakamkubali. 'Vita vitakatifu' vikaanzishwa juu ya wote wasiokubali kusilimu dini hiyo. Baada ya miaka michache Muhamadi na wafuasi wake wakapigana vita na mji wa Mecca, wakaushinda, wakaufanya uwe mji mkuu wa dini yao. Kutoka huko wakaenda kote-kote wakalitangaza neno hili, 'Mungu ni mmoja tu, na Muhamadi ndiye mtume wake.'

Mambo hayo yakaendelea na kuongezeka kwa upesi wa ajabu. Mwaka A.D. 640 wale Waislamu wakaushika mji wa Yerusalemu: punde kidogo mji wa Antiokia ulishikwa nao. Mwaka A.D. 707 waliushinda mji wa Iskanderia, na dini ya Kikristo ilikuwa karibu ya kukomeshwa katika nchi zote za Afrika, pande za kaskazini. Watu wa pande hizo za Africa walishika kwa wingi wao dini hiyo ya Kiislamu: waliokataa wakatozwa kodi.

Huo mji wa Constantinople ulikataa, ukawashinda Waislamu wa pande zile, na dini ilishindwa isiingie Europe kwa upande ule.

Lakini ikaingia Spain, ikaendelea mpaka hao Waislamu waliposhindwa sana vitani na Charles Martel, aliyeitwa 'Charles the Hammer': (Hammer maana yake ni nyundo), katika mji wa Tours, nchi ya France, mwaka wa A.D. 732.

Angalia, hivyo katika ile miji mitano waliyoikaa wale Patriarchs wa Kikristo, mitatu ilishikwa na Waislamu. Si kwamba dini ya Kikristo iliondolewa kabisa, la, ila iliendelea kwa shida sana, maana, walioifuata walikuwa na taabu siku zote, na kuonewa.

Kusitawi kwake Papacy

Sasa tuangalie neno lingine lililotokea zamani hizo, nalo ni neno kuu lililoongeza tena nguvu za maaskofu wa Rumi. Wakati huo, maana, kama mwaka A.D. 800, hati ya uongo ilizuliwa, hati iliyoitwa jina lake 'Kipawa cha Mfalme Constantine' (maana, 'Donation of Constantine'). Katika hati hiyo iliandikwa ya kwamba Mfalme Constantine amempa askofu wa Rumi sehemu ya upande wa magharibi yote ya ufalme wake. Hati hiyo si hati ya kweli, ila iliandikwa makusudi kuwadanganya watu wa zamani zile, nayo ilizuliwa ili kuongeza, kwa njia hiyo ya hila, enzi ya Pope. Hati hiyo ilidanganya ulimwengu kwa muda wa miaka mingi, kwa maana, ilinenwa kuwa ni hati iliyoandikwa na Constantine mwenyewe alipokuwa yu hai, ikapotea kwa muda, na sasa ikaonekana tena. Kwa ajili ya hati hiyo, nguvu za askofu wa Rumi zilizidi kwendelea sana, ijapokuwa baadaye hati hiyo ilishuhudiwa kuwa ni hati ya uongo tu, isiyo na maana.

13

Maendeleo ya Kikristo katika Uingereza

Maendeleo ya Kikristo katika Uingereza

TUMEKWISHA kusoma hapo juu ukarasa wa 72 jinsi dini ya Kikristo ilivyofika nchi ya Uingereza, na jinsi ilivyoenea tangu siku za Mitume wa Bwana hata ilipofikilia pande zote za England na Wales. Ilikuwa imekwisha kukubaliwa sana, na kusimama imara, kama mwaka A.D. 500. Kisha tulisoma jinsi ilivyokuwa imeenea pande zote za Ireland na Scotland kabla hajakufa huyo Columba, mwaka A.D. 597 (tazama hapo ukurasa wa 74).

Tena, tulisoma jinsi wale Waingereza wa asili (Britons), walivyoshindwa vitani na hao watu washenzi wa kabila tatu, maana, hao Angles, na Saxons, na Jutes, A.D. 410: nchi ikashikwa, jina lake likageuzwa, ikaitwa England. Kisha, tulisoma kwamba wale Britons wakafanya ukaidi, wakakataa kuwafundisha washenzi hawa, waliowashinda vitani, habari za dini yao ya Kikristo. Hivi kulikuwako watu wa dini mbili waliokaa pamoja katika nchi ya Uingereza, wasipatane katika mambo ya Mungu—maana, nusu ni Wakristo, nusu sio.

Tena, tulisoma habari za huyo Gregory, askofu wa Rumi, jinsi alivyowaona vijana, Angles, waliochukuliwa mateka vitani, wakiuzwa sokoni hapo Rumi, wawe watumwa, akaingiwa na tamaa kubwa ya kuwahubiri watu wa kabila hii dini ya Kikristo. Alipowekwa awe Pope wa Rumi, mara akachagua kundi la 'monks', wapata kama 40, pamoja na mkubwa wao, aliyeitwa Augustine (Agosstino) jina lake, akawatuma mwaka A.D. 596, waende kuwafundisha Waingereza. Kisha Gregory aliwaandikia mawakili wake, waliofanya kazi zake nchi ya France, wafanye bidii kununua vijana katika hao Angles, wakionekana kuuzwa sokoni. Vijana hawa Gregory akawatia katika 'monastery' kufunzwa dini ya Kikristo, ili kwamba watumwe baadaye waende kuwafundisha watu wa kabila yao huko Uingereza. Haya basi, sasa na twendelee katika habari za huyo Augustine, na hao 'monks' 40. Walipofika nchi ya France, katika safari yao ya kwenda Uingereza, walipata kusikia habari za ukali wa hao Angles, basi walianza kuogopa kwenda huko, wakarudi Rumi ili kumwomba Gregory ruhusa ya kuivunja safari yao, Gregory asikubali kabisa. Gregory akawarudisha France, akawapa barua kwa mfalme wa France na kwa maaskofu, ili wapewe msaada wa watu wanaoijua lugha ya hao Angles, waende nao kuwasaidia.

Augustine alipofika France hivi mara ya pili, alikuta bahati nzuri, kwa maana, wakati huo-huo, Ethelbert mfalme wa Kent, naye ni mtu wa kabila la Angles, alikuwa akitaka kumwoa Bertha, mwana wa mfalme wa France. Ethelbert akapewa ruhusa na baba kumwoa msichana huyo, akikubali kwa upande wake kwamba kasisi mmoja wa Kikristo aende pamoja nao, ili kumshukurisha huyo msichana, akishaolewa, katika dini yake aliyokuwa ameizoea. Ethelbert akakubali shauri hili, akamwoa Bertha, akampa ruhusa kuja na kasisi mmoja, naye akamtia yule kasisi kutumia katika kanisa la Kikristo uliokuwa umekwishajengwa katika mji wa Canterbury, jina lake ukiitwa 'St. Martin's'. Basi, hivi njia ilitengezwa, na huyo Augustine na wenziwe walipovuka bahari wakamkuta yule kasisi, pamoja na mfalme Ethelbert na mkewe Bertha, wote walikuwa tayari kuwakaribisha kwa heshima. Wakafika Canterbury mwaka A.D. 597, wakapewa kanisa la St. Martin ili wafanye kazi zao humo. Kazi zao zilifanikiwa, kwa sababu yule mfalme Ethelbert aliwasaidia sana. Ethelbert mwenyewe alibatizwa siku ya Pentekosto, mwaka ule-ule wa A.D. 597, lakini hakuwasharutiza watu wake kuifuata Injili, ijapokuwa aliwataka kuifuata kwa hiari yao wenyewe. Basi wengi walikubali, wakabatizwa watu kama elfu kumi, katika mto wa Medway, siku ya Christmas, mwaka huo-huo wa A.D. 597. Gregory alipopata habari hizo akafurahiwa sana, akamwamuru Augustine arudi France, ili atiwe mikono na Maaskofu wa France, apewe daraja ya askofu. Akiisha kumpa daraja hiyo, Gregory akamrudisha Augustine Canterbury, kisha alimwambia ajitawaze awe mkubwa juu ya wale maaskofu wa Uingereza, ambao kwamba walikuwa wamewekwa tangu zamani wawe maaskofu wa Kanisa la Uingereza. Kwa hivyo matata makuu yalitokea, kwa sababu wale maaskofu wa asili walikataa kabisa huo ukubwa wa Augustine aliopewa na Gregory, wasimkubali kutawala juu yao.

Augustine alimtaka Gregory kuangalia neno hili: Gregory akampa shauri kwamba asiwatenze nguvu wale Wakristo wa asili, ila ajaribu kupatana nao. Akampa shauri tena kwamba azikubali sehemu katika maneno ya vile Vitabu vya Sala vilivyotumiwa na hao Waingereza, (navyo vilikuwa ni vingi), pamoja na sehemu za maneno ya Kitabu vya Sala Rumi, na vya France, na katika maneno hayo yote avitengeneze vyuo vya sala vitakavyowafaa hao Waingereza. Lakini hakupata kupatana na maaskofu wa Uingereza, kwa kuwa alisema nao kwa kiburi, nao walikataa kabisa kutii amri zake, wala hawakukubali kuvitumia vitabu vyake, wala kumkubali yeye kuwa ni Askofu Mkuu juu yao. Alipokosa kupatana na maaskofu wa asili, akawaweka watu wenziwe wawe maaskofu huku na huku katika nchi ya Uingereza; akamweka mmoja katika mji wa London, na mmoja katika mji wa Rochester, wakadhalika. Yeye mwenyewe akaendelea kuitwa Askofu Mkuu wa Canterbury, naye ndiye wa kwanza kuitwa kwa jina hilo. Augustine, na Gregory, wote wawili walikufa mwaka A.D. 604.

Siku ya Easter (Pasaka). Augustine alipokufa, mtu mwingine alichaguliwa katika wafuasi wake awe Askofu Mkuu wa Canterbury. Matata yakaendelea vile-vile, maaskofu wa asili wakikataa kumtii. Kulikuwako basi kama makanisa mawili ya Kikristo, yaliyokaa pamoja katika nchi ya Uingereza, yasipatane. Baada ya miaka kadhawakadha lakini, neno likazuka kati ya Kanisa la Scotland na hao waliofuata desturi ya Kirumi, katika desturi yao ya kuweka Siku Kuu ya Pasaka (Easter).

Iliwekwa baraza kuu, iliyotiwa 'Synod of Whitby', A.D. 664, ili kulitengeneza neno hili, na baraza hiyo ilikubali kuiandama desturi ya Rumi. Basi hao watu wa Scotland walisikitika sana sana, wakatoka kwa hasira katika Baraza, wasikubali amri hiyo. Kulikuwa na matengano basi katika Kanisa hilo la asili, na nguvu za Kirumi ziliongezeka. Mambo yakaendelea vivi-hivi kwa muda; kisha, baada ya miaka minne Kanisa la Kiingereza kwa jumla yake likakubali kumtii Askofu Mkuu wa Canterbury.

(i) *Theodore*. Inatupasa kukumbuka ya kwamba nchi ya Uingereza katika siku zile haikuwa na umoja wa ufalme. Nchi ilikuwa imegawanyikana katika falme nyingi. Basi maaskofu waliwekwa katika kila ufalme nao hawakushikamana, walifuata desturi mbalimbali katika ibada, na ada, na vitabu vya sala. Pengine wale wafalme walipigana vitani, nao maaskofu wakasaidiana kila mtu na mfalme wake. Tena, walikuwako maaskofu waliowekwa na wafuasi wa

Augustine, na wengine waliowekwa na maaskofu wa Uingereza wa asili, na kwa hivyo hawakupatana. Zaidi kulikuwa na sehemu mbili katika Kanisa, maana, ni hao waliofuata amri za Askofu Mkuu wa Canterbury na hao wengine waliokataa amri zake, wakifuata afadhali hizo desturi za zamani, huku wakizipenda zaidi hizo amri zilizotolewa na wakuu wa monastery ya Iona.

Zamani zile aliwekwa wakf mtu mmoja, Theodore jina lake, aliyezaliwa katika mji wa Tariso, mji wa Mtume Paulo, awe Askofu Mkuu wa Canterbury, ili kwamba awapatanishe maaskofu wote, wafuate desturi moja, na kuwa Kanisa moja. Theodore akaja, akasafiri-safiri pande zote za nchi ya Uingereza, na kila alikofika akakubaliwa awe mkuu. Mwaka A.D. 673, Theodore akaukutanisha mkutano wa Hereford: maaskofu wote pia wa Uingereza wakakutanika, pamoja na mapadre wengi. Wakashauriana, wakakubali kushikamana wawe na umoja katika Kanisa, na wote walimkubali Theodore awe Askofu Mkuu wao. Maaskofu walipokuwa wamekwisha kupatana hivi, hao wafalme wenyewe wakaendelea tena katika kupigana vita kwa muda wa miaka kama 150, lakini mwaka A.D. 828, kulipatikana umoja wa ufalme, sababu Mfalme Egbert aliwashinda wenziwe wote vitani, akawekwa awe mfalme wa kwanza mwenye kutawala juu ya nchi nzima ya England. Huyu Theodore ndiye askofu wa kwanza aliyeigawanya nchi ya Uingereza, na kuitengeneza sawasawa katika madiosisi na mitaa (parishes). Basi mtu huyo Theodore, aliyekuwa ni Yunani, alifaa sana Kanisa la Kiingereza.

(ii) *Bede*. Katika zamani zile za giza, waliosifiwa sana kuwa na elimu na maarifa, ndio wale 'monks' Waingereza, na zaidi ni hao waliokaa katika 'monastery' ya Iona, na katika zile monasteries zilizojengwa kando ya Iona. Mtu huyo aliyeitwa Bede alizaliwa kama A.D. 673, katika mji wa Jarrow, upande wa kaskazini wa Uingereza. Alipokuwa mtoto, akipata umri wa miaka 7, akawekwa kufundishwa katika monastery ya Jarrow, akakaa mumo-humo hata kufa kwake. Akapata maarifa mengi mno, akaandika vyuo vingi, vya kuleta habari za dini, na za tarehe za zamani zile alizokaa. Alipokuwa ni mzee sana, akashika kazi ya kufasiri Injili ya Yohana Kiingereza. Kabla hajamaliza kazi hiyo akashikwa na ugonjwa wa kufa, akaendelea katika kazi kitandani mwake; ugonjwa ukazidi. Alipoamka siku ya 'Kupaa kwake Bwana Yesu', mwaka A.D. 735, akaona mwenyewe kwamba yu karibu na kufa, basi akamwita karani wake akamwambia kwamba aandike upesi, ili apate kumaliza kazi hiyo aliyokuwa akiifanya. Wakaendelea kazini mchana kutwa. Jioni ugonjwa ukamzidi, ukawa karibu kumshinda. Yule karani akamwambia, 'Baba, kimesalia kifungu kimoja tu.' Bede akamjibu, akasema, 'Haya, andika upesi sana, basi.' Wakamaliza kazi, karani akamwambia, 'Baba, imekwisha.' Bede akanena "Utukufu una Baba na Mwana na Roho Mtakatifu". Akiisha sema hayo mara akafa.

(iii) *Wilfred*. Huyo Wilfred ni mmoja aliyekuwapo katika Synod ya Whitby akawa upande wa hao wafuasi wa Augustine, akayashindania mambo ya Kirumi. Baadaye aliwekwa awe askofu wa mji wa York. Alikuwa mtu mwenye bidii sana kuitangaza dini, ijapokuwa dini yake aliyokuwa nayo zaidi ni ya Kirumi.

14

Mengine yaliyouongeza ukubwa wa Kanisa la Kirumi
Matengano ya Kanisa la Rumi na Kanisa la Kiyunani

Mengine yaliyoongeza ukubwa wa Kanisa la Kirumi

KATIKA zamani hizo za giza, uwezo wa Pope wa Rumi uliongezwa sana sana kwa msaada wa mfalme mmoja wa France, aliyeitwa jina lake Charlemagne, au Charles the Great. Huyo alikuwa mwana wa mfalme Pepin, akazaliwa mwaka A.D. 742, akawekwa awe Kaisari ya Rumi, mwaka A.D. 800, mikononi mwa Pope. Alikuwa na bidii sana, lakini alipowashinda watu vitani, akawashurutiza kubatizwa, na waliokataa kubatizwa akawaua kwa upanga. Kila alikoueneza ufalme wake, akajenga makanisa. Hivi akaieneza dini katika Germany, Hungary, Zzechoslovakia, na kadhalika. Akafa mwaka A.D. 814.

Mwaka wa A.D. 1000. Huo mwaka wa A.D. 1000 ulipokaribia,

watu wengi walihubiri ya kwamba mwisho wa ulimwengu ulikuwa umefika, wakadhani ya kwamba hiyo miaka elfu iliyotajwa na Yohana katika Chuo cha Ufunuo ndiyo miaka elfu ya Kikristo. Kwa sababu hii watu wengi wakakimbia waende kukaa barani, ili kumlaki Bwana Yesu katika kuja kwake. Wengi tena wakasafiri kwenda Yerusalemu, wawe tayari kumlaki huko. Wengine wakatoa mali zao zote, ili kujitenga na dunia. Wengi tena wakaacha kazi zao za kila siku, za biashara, na za mashamba, na za nyumbani. Mji wa Yerusalemu ulikuwa umejaa tele watu wa kabila zote, waliokaa siku baada ya siku katika kuomba na kushukuru; wasifanye kazi iwayo yote, isipokuwa kukesha na kumngojea Bwana tu.

Matengano ya Kanisa la Magharibi (Rumi) na Kanisa la Mashariki (la Kiyunani)

Kanisa la Makharibi na Kanisa la Mashariki yalitengana zamani katika neno hilo la kuabudu 'Ikons'. Kondo hiyo ilitengenezwa, lakini tangu siku zile makanisa hayo mawili hayakushikamana kwa kweli; siku zote kulikuwa na mashindano na matata.

Zaidi lakini Patriarch alimshtaki Pope kwa sababu ya makanisa ya magharibi walivyokuwa wameyaongeza maneno ya Imani ya Nikea, pasipo kushauriana kwanza na makanisa ya mashariki. Maana, wakayatia hayo maneno mawili 'Na Mwana' katika Imani hiyo, kusema kwamba Roho Mtakatifu atoka mwa Baba *'na Mwana'*. Yajapokuwa maneno hayo ni ya kweli, walikuwa hawana ruhusa kuigeuza Imani ya Nikea, iliyokatwa halisi kwa amri za mkutano mkuu wa Kanisa (General Council), wasiposhauriana kwanza na makanisa hayo mengine. Yule Patriarch aliona ya kwamba makanisa ya magharibi wamemdharau kwa kuyaongeza maneno ya Imani ya Nikea hivyo; ndiposa alimlaani Pope.

Kwa sababu ya tatizo hilo na mashaka mengine, Makanisa ya Magharibi na Mashariki yalitengana kidogo kidogo. Mwaka A.D. 1054 Patriarch wa Constantinople alishtakiwa, akaharimishwa na mabalozi wa Pope, lakini makanisa mengine ya Mashariki wakaendelea na kushirikiana na Warumi nao wa Constantinople sawasawa. Wakati wa "Crusade", maaskofu wa Kirumi waliingizwa katika miji ya Mashariki, na farakano kati ya Warumi na Wagiriki limedumu tangu miaka ile.

15

Vita vya 'Crusades'
Wenyeji wa Albi, na wafuasi wa Waldo

Crusades

MAANA yake neno hilo 'Crusade' likifasiriwa ni kama kusema 'kipigana vita kwa ajili ya msalaba'. Na sababu ya Wakristo kufanya 'Crusade' ni hiyo ifuatayo: Tangu zamani za kale, kama A.D. 350, Wakristo walikuwa wanafanya desturi ya kusafiri-safiri waende Palestine ili kupatazama mahali patakatifu alipoishi Bwana Yesu, na hapo aliposulibiwa. Basi, hao Waturki walipoitwaa nchi ya Palestine vitani, walianza kuwasumbua Wakristo sana sana, huku wakiwatukana na kuwatoza kodi nyingi za kuingia nchini. Basi, mtu mmoja, aliyeitwa Peter the Hermit, aliposikia mashaka hayo ya Wakristo huko Yerusalemu, na matukano yaliyo mabaya ya hao Waislamu, alihuzunishwa sana kwa habari hizo. Ndipo Pope, aliyeitwa Urban II jina lake, akampa Peter the Hermit ruhusa aende kuwatangazia Wakristo habari hizo, akawakusanye waende kuwaponya ndugu zao.

Peter akasafiri-safiri kuzunguka pande zote za Ulaya, akihubiri kwa bidii mno. Kila alikokwenda watu wakamsikiza, wakakubali kutoa mali zao kwa ajili ya vita, na wengi wakamfuata Peter waende naye vitani. Pope alipopata habari hiyo, akaukutanisha mkutano mkubwa wa kanisa, ili kutengeneza shauri ya kwenda vitani. Wakakutanika maaskofu wengi sana, na mapadre zaidi ya elfu mbili. Wakristo wote wa Ulaya wakastushwa na habari hizi, wazee kwa watoto, walio hodari na hao dhaifu, wote walitaka kwenda vitani kuwafukuza Waislamu. Wanawake walishurutiza waume wao; matajiri wakatoa mali zao; hata watoto wakatangaza mbiyu za vita njiani. Watu wengi mno wakajitoa kwenda vitani, wakavaa alama ya msalaba katika nguo zao, na katika bendera zao.

Watu hao lakini, kwa ajili ya bidii waliyokuwa nayo, hawakukubali kungoja vita vitengezwe sawa, na silaha ziwekwe tayari, ila wakaondoka vivi-hivi kama walivyokuwa, maskini, wagonjwa, watoto hata wanawake pia; watu wapata kama 60,000 hesabu yao.

Hawakufikiri habari za vyakula, wakitumaini kwamba Mungu atawasaidia njiani katika vita vilivyokuwa ni vitakatifu. Wakaongozwa na Peter the Hermit, na mwenziwe aliyeitwa Walter the Penniless (maana, Walter asiyekuwa na pesa). Watu hao wakajaribu kwenda Palestine kwa miguu, wakafa maelfu njiani, kwa njaa, na kwa ugonjwa. Wakajaribu kupita kwa njia za Asia Minor, lakini, kwa vile walivyokosa pesa na chakula, walikuwa hawana budi kuiba-iba njiani, basi wakateta sana na wenyeji, wakapigana vita huko na huko katika safari yao. Wakati huo, ule mji wa Nikea ulikuwa mikononi mwa hao Waislamu, basi majeshi ya Wakristo wakajaribu kuutwaa vitani mji huo, wasiweze, kwani askari zao walikuwa hawana silaha sawasawa. Walter the Penniless akauawa huko, pamoja na watu wengi tena. Wakauawa watu maelfu maelfu, wasihurumiwe; mifupa yao ikakusanywa, ikawa chungu kubwa iliyoonekana huko siku nyingi baadaye. Basi, katika hao wote waliokwenda katika safari hiyo ya kwanza, wachache tu walifika nchi ya Palestine.

Mwaka A.D. 1096, lakini askari za vita wakaenda majeshi-majeshi, watu walioandaliwa silaha na vyakula, wakadhalika. Wakaenda vile-vile kwa njia ya Asia Minor, kwa miguu, wakapita kwa njia ya Constantinople; majeshi makuu, yapata kama askari 80,000 hesabu yao. Walipofika Nikea, na kuiona ile chungu kubwa ya mifupa ya wenziwao waliowatangulia, wakaingiwa na hasira kuu, wakapigana vita na wenyeji wa mji huo, wakawashinda, wakautwaa mji, na kuwaua wenyeji wengi mno. Kisha, askari hao wakaenda zao wakafika Antiokia, katika nchi ya Palestine, wakauzunguka muda wa miezi minane. Walipoutwaa mji huo, wakawaua wote waliokataa kuishika dini ya Kikristo. Kutoka huko wakaenda Yerusalemu, wakauzunguka muda wa siku arobaini, wakaushinda baada ya vita vikali mno. Yule akida wao, aliyeitwa Godfrey jina lake, alichaguliwa na askari awe mfalme wa Yerusalemu. Lakini yeye akakataa, akisema kwamba haimpasi kutiwa taji ya dhahabu, hapo alipovaa taji ya miiba Bwana Yesu; akakubali lakini kuwekwa awe mkubwa wa mji, akaitwa si mfalme, ila 'Mlinzi wa Kaburi la Bwana'.

Mji huo uliposhikwa lakini, yule Pope wa Rumi alimweka mtu mmoja awe Patriarch wa ki-Rumi, basi jambo hili liliwachukiza sana watu wa Greek Church, kwa sababu wao ndio waliokuwa na

Patriarch wao wa Yerusalemu hapo kale. Kwa hivyo walizidi kutengana makanisa hayo mawili. Tena, wenyeji wa Yerusalemu walilazimishwa wawe Wakristo, na wengi waliokataa wakauawa, waume kwa wake, wazee kwa watoto, basi dini ya Kikristo iliwachukiza sana watu wa Palestine.

Mwaka A.D. 1147 hao Waislamu walikusanya majeshi yao ili kuutwaa tena ufalme wa Palestine, basi 'Crusade' nyingine ilifanywa ili kuulinda. Vita vikali vikatokea, askari maelfu waliuawa, mji ukahifadhiwa. Mwaka A.D. 1189, lakini, mfalme Saladin, Mturki, aliushinda mji wa Yerusalemu, akautwaa, ndipo 'Crusade' nyingine ilifanywa tena. Mkubwa wa 'Crusade' hiyo ni Richard Coeur-de-Lion, mfalme wa Uingereza; akaenda na majeshi makubwa, ila hakupata kuutwaa mji wa Yerusalemu. Kwa ukali wa vita lakini alimlazimisha Saladin kufanya shauri ya kwamba tangu hapo wasafiri Wakristo wawe na ruhusa kwenda Yerusalemu na mahali patakatifu pasipo kusumbuliwa. Wakristo wa Ulaya lakini hawakuona vyema kupatana na Waislamu hivi, basi wakaendelea kufanya 'Crusade' tano tena, wasiweze kuutwaa Yerauslemu tena. 'Crusade' ya mwisho ilifanywa A.D. 1291. Basi katika 'Crusade' hizi vita vilikuwa vikali mno, watu wengi sana wakafa, mali nyingi mno-mno zilitolewa.

Mwaka A.D. 1212 vijana na watoto walifanya 'Crusade' peke yao, wakaondoka watu 30,000, vijana na watoto tu, wakaenda Marseilles, ili kuingia merikebuni kwenda Palestine kwa njia ya bahari. Katika vijana hao lakini wengi wakafa kwa njaa njiani, wengi tena walidanganywa na hao wenye merikebu, wakapelekwa Algiers, na wengine Iskanderia, wakauzwa wawe watumwa. Katika hao wote hakuna hata mmoja aliyefika nchi ya Palestine. Tena, mwaka huo wa A.D. 1212, watoto 20,000 wengine, waliomfuata kiongozi kimoja aliyeitwa Nicholas, kijana, wakaenda Brindisi, nchi ya Italy. Wengi wakapotea njiani, wengi tena wakaingia merikebuni ili kwenda Palestine kwa njia ya bahari, na katika hao hakuna hata mmoja aliyerudi kufika kwao tena, wote wakapotea, wala hakuna aliyepata habari zao tena. Imedhaniwa kwamba watu zaidi ya 3,000,000 walikufa katika kufanya hizo 'Crusades'. Wengi wakafa kwa njaa au kwa ugonjwa, wengi wakauawa vitani, wengi tena wakakamatwa na Waislamu, wakatiwa gerezani, wafalme kwa maskini, wazee kwa watoto, wake kwa waume. Kazi hiyo iliwapoteza Wakristo muda wa miaka kama 200; na mwisho wake ni mji mmoja tu uliokuwa mkononi mwa Wakristo, nao ni mji wa Acre; na mji huo nao ulitwaliwa tena na Waislamu mwaka A.D. 1291. Mambo hayo ya ajabu, pamoja na hayo yaliyoandikwa hapo, yanahakikisha sana maneno ya Bwana Yesu aliyoyanena katika Luka 21 : 24; 'Yerusalemu utakanyagwa na Mataifa hata majina ya Mataifa yatakapotimia'.

'Crusades' hizo zilileta mambo matatu yaliyo makuu juu ya Kanisa la Kikristo:

(a) Mapope wa Rumi walijipatia mali nyingi mno kwa neno hilo, kwa sababu matajiri wengi mno walitoa mali yao yote ili kulipa gharama za 'Crusades'. Kisha mapope waliwatoza kodi Wakristo wote pia wa pande za magharibu kwa ajili hiyo, na kodi hiyo iliendelea kutolewa kwa miaka mingi baada ya crusade ya mwisho. Nguvu na utajiri wa Kanisa la Rumi ulizidi sana kwa njia hiyo.

(b) Uovu mwingi mno ukaingia kanisani kwa ajili ya 'Indulgences', zilizouzwa kuwasamehe madhambi wote hao waliokwenda vitani. Hii ndiyo asili, au mwanzo, wa jambo hilo la kuuza misamaha; au, kwamba si mwanzo wake, ni jambo lililozidisha sana sana jambo hilo la 'Indulgences'.

(c) Pamoja na hayo, hizo 'Crusades' zilifaa sana kwa njia moja, maana, nguvu za Waislamu zilikwisha katika mashindano hayo. Walakini, kwa karne tano Ufalme wa Constantinople umekuwapo kati ya Waislamu na Wakristo, kama ngao. Badala ya kupatana na Wagiriki wa Constantinople, wengi wa wakuu wa 'Crusades' waliudhoofisha Ufalme ule, hata kupigana nao na kuutwaa Constantinople kwa nguvu, mwaka A.D. 1204. Kwa sababu hii, Maturki walishika mji wa Constantinople mwaka A.D. 1453, wakaingia Ulaya, wakawatawala Wakristo wa Ugiriki, Bulgaria, Yugoslavia, na kadhalika, kwa muda sana.

Pia, walikuwako wengi kati ya Waislamu ambao walitaka kuishi na amani kati yao na Wakristo; vile vile Wakristo wenye mashamba enea za Mashariki waliona haja ya kupatana. Lakini, maaskari waliotoka nchi za Magharibi walitumaini kuwaokoa Waislamu wote kwa upanga, wakaacha chukia kati ya Waislamu na Wakristo hata siku hizi zetu.

Albigenses na Waldenses

Albigenses — Farakano la Albigenses limesitawi katika France, hasa mji wa Albi, karne ya kumi na moja. Imedhaniwa ya kuwa sharti zake za dini zimepelekwa kutoka nchi za Asia kwa maaskari waliorudi kutoka 'Crusades'. Kwa kifupi, walifundisha ya kwamba Kristo alikuwa malaika, hakusulibiwa, wala Mungu hakuumba ulimwengu, ulio kazi ya uovu. Kati yao walikuwa watu wa daraja mbili, 'wakamili' waliokataa ndoa na kula nyama au mayai, na 'waaminifu' wenye maisha ya kawaida tu. Bila shaka wengi wa kwao hawakuingia uzushi wao kwa moyo, bali walivutwa na maisha safi wa Albigenses wakati wa uasherati kati ya Wakristo wengi. Wataalamu fulani wafikiri ya kuwa dini ya baadhi kubwa ya Albigenses ilikuwa Ukristo wa safi, na wazushi kati yao ni wachache; wataalamu wengine hawakubali hivi. Pope Innocent III alijaribu kuwaongoza kwa mahubiri ya Dominik na wengine, bali bure. Baada ya kifo cha balozi wa Pope mikononi mwa Albigenses, Innocent III alitangaza 'Crusade' juu yao, Albigenses wakasumbuliwa kwa ukali sana, wakafukuzwa huko na huko, 'Crusade' ikadumu A.D. 1208-1218.

Waldenses — Mwaka A.D. 1170, mtu mmoja, tajiri, aliyekaa mji wa Lyons, nchi ya France, alipoona ya kwamba maaskofu na mapadre walikaa katika utajiri na raha za dunia, na kuona jinsi walivyokuwa wavivu sana sana katika mambo ya wokovu, akakasirika, naye alitupa mali zake zote, akawakusanya rafiki zake walio Wakristo wa kweli, akafanya shirika ya watu walioitwa 'Shirika ya maskini wa Lyons'. Watu walioingia katika Shirika hiyo wakatupa mali zao, wakavaa nguo za kimaskini, wakaenda huku na huku kulihubiri Neno la Mungu. Wakajiita 'Waldenses' (maana, Wafuasi wa Waldo), kwa sababu yule tajiri aliyeanziza shirika hiyo aliitwa jina lake Waldo.

Shirika hiyo, ilipoanza kuwavuta watu sana, wakuu wake waliomba idhini ya Baraza ya tatu ya Lateran, A.D. 1179, wakishindwa kupata ruhusa ya kuhubiri, wakakatazwa mwaka A.D. 1184, wakateswa sana kwa dini yao. Walakini, wengi wa kwao walitawanyika kwa France na Italy, hata Czecho-Slovakia, wakaanzisha hudumu kwa kipya, wakadumu hata siku za Matengenezo ambapo walishika desturi za Watengenezaji, ila kuendelea na kanisa lao lililopo Italy leo.

16

Ukubwa wa Kanisa la Kirumi
Wengine walioishi katika hizo 'Zamani ya Kati'
Ukubwa wa Kanisa la Rumi kupungua

Ukubwa wa Kanisa la Kirumi, A.D. 1198-1216

TUSISAHAU ya kwamba wakati huo walipofanya kazi hao Albigenses na Waldenses, hilo Kanisa la Rumi lilikuwa na uwezo na enzi zilizo kuu mno. Ukuu wake, na utajiri wake ulikuwa umeongezeka kwa ajabu, hata huyo Pope Innocent III, aliyekaa Rumi A.D. 1198-1216, alijitawaza juu ya wafalme wote wa dunia. Mwenyewe alinena katika kuhubiri kwake maneno hayo: 'Yule aliyemfuata Petro katika uaskofu wa Rumi husimama kati ya Mungu na wanadamu; huyo ndiye mwamuzi wa watu wote, naye mwenyewe hatahukumiwa na mtu awaye yote; kwa maana, yeye yu chini ya Mungu na juu ya wanadamu'.

Wengine Walioishi katika Zamani hizo za Kati

Walikuwako watu katika Kanisa, waliokuwa na bidii mno ya kuieneza dini. Kulikuwako watu kama huyo *Francis wa Asisi*, na *Dominic*, watu ambao kwamba walitoa maisha yao yote katika kazi ya kulihubiri Jina la Bwana Yesu. Watu hao walikusanya wengi walioitwa watawa, wakawatuma waende huku na huku, pande zote za Ulaya kuwahubiri watu dini ya Kikristo. Watawa hawa waliitwa 'Preaching Friars'.

(i) *Francis* alizaliwa A.D. 1181, katika mji wa Asisi, nchi ya Italy. Alikuwa mtu tajiri, na katika ujana wake alitafuta sana raha za duniani. Alipofika umri wa miaka 21, lakini, alishikwa na ugonjwa ulio mkali sana, akawa karibu na kufa. Katika kulala kitandani, hali ya unyonge sana kwa ajili ya ugonjwa huo, akaanza kufikirifikiri, naye alipopata hajambo aliuacha utajiri wake, akawa maskini, akashika kazi ya kuwauguza wenye-ukoma. Mwaka A.D. 1219 alikwenda vitani katika 'Crusade', akajitia makusudi katika mahali penye hatari ili akamatwe na wale Waislamu. Akakamatwa, akapelekwa mbele ya mfalme, ili apate nafasi ya kuwahubiria Injili, na kwa vile alivyohubiri kwa uzuri na ushujaa, Sultani akamsikiza, kisha akaamuru kwamba afunguliwe aachwe uhuru. Francis alikuwa mtu wa tabia njema sana sana, kisha mpole kabisa. Akawaita nyama na ndege kuwa ndio ndugu zake, na wao walimfuata, na kumpenda kwa mapenzi ya ajabu, hawakumwogopa. Ndege wakamkaribia, hata kukaa mikononi mwake, naye aliwaonyeshea mapenzi ya Mungu aliyewaumba. Francis alisafiri-safiri kuhubiri Injili, hata alipokufa, mwaka A.D. 1226.

(ii) *Dominic* alizaliwa nchi ya Spain, A.D. 1170. Alikuwa ni mtu wa bidii katika kuhubiri, alitupa mali zake, akawa maskini, na kuwauguza wagonjwa, na kuhubiri kama alivyojua. Hao wawili, Francis na Dominic, wakashikamana pamoja katika kazi hiyo ya kuwapeleka wafuasi wao, wale 'Preaching Friars', wakajaribu kufika pande zote za ulimwengu. Wakawavuta watu maelfu elfu, na kwa walivyohubiri kwa mapenzi makuu, kisha kwa bidii, wengi wakalia kwa machozi walipoyasikiza mahubiri yao, wakaacha uovu wa maisha, wakawafuata. Lakini, baada ya kufa kwao Francis na Dominic, wafuasi wao, wale 'Friars', wakaanza kupotea, kwa maana, walitafuta ukubwa na utajiri, wakatembeatembea wakiomba zaka za watu, wakaingiwa na uvivu katika kuhubiri kwao.

Ukubwa wa Kanisa la Rumi kupungua

Mwaka A.D. 1303 Pope Boniface VIII alipiga mbiyu kusema 'Mungu amewaweka mapope juu ya wafalme wa nchi zote, ili awatukuze au kuwashusha wafalme kama aonavyo vyema yeye'; kisha alisema 'Kujinyenyekeza mbele ya Pope kuwapasa watu wote kwa wokovu'. Maneno hayo yalimchukiza mfalme wa France, aliyeitwa Philip IV, naye alimkana Pope kabisa, kisha akamwambia ya kwamba inampasa Pope kukutanisha mkutano mkuu wa kanisa (General Council) ili kulifikiri neno hilo, kwamba ni kweli, au sivyo. Pope akakataa, ndipo mfalme Philip aliwapeleka askari zake akamkamata huyo Pope na kumfunga gerezani. Kisha alizitekeleza zile hati za Pope, zilizotangazwa kwa kupigwa mbiyu, akizitekeleza wazi mbele za watu. Baada ya majuma machache Pope alifunguliwa gerezani akapewa ruhusa kwenda zake, ila jambo hilo likamhuzunisha kabisa-kabisa, hata akaingiliwa na ugonjwa kwa ajili ya majonzi na huzuni aliyokuwa nayo, na baada ya miezi kadhawakadha akafa.

Akiisha kufa huyo, wale washauri wake wakuu, walioitwa 'Cardinals', wakaanza kujinyenyekeza sana mbele ya mfalme wa France, na mwaka A.D. 1305 wakamchagua mtu mmoja Mfransa awe Pope. Basi, akiisha kuwekwa awe Pope, mtu huyo, aitwaye Clement V, akafanya shauri la siri kupatana na mfalme wa France, naye alihama, kutoka Rumi, akaenda kukaa katika mji wa Avignon, nchi ya France. Jambo hilo lilikuwa la ajabu mno, kwani siku zote, tangu zamani za kale, wale mapope wote walikuwa wamekaa katika 'Vatican' maana, ni nyumba kubwa ya Mapope iliyo katika mji wa Rumi; huyo ndiye wa kwanza kuhama, na kukaa kwingine. Haya basi, huyo Clement V alipokufa, baadaye, mapope wote waliomfuata, kwa muda wa miaka 70, wakaendelea kukaa kuko-huko Avignon. Wenyeji wa Rumi walisikitika sana sana, wakaliita jambo hili 'Utumwa wa Babylon'. Wale mapope waliokaa Avignon walikuwa chini ya amri za wafalme wa France, ndiposa nguvu zao zikapungua. Kisha wale Waitalian hawakuwaheshimu hata kidogo, ila kuwadharau tu, basi nguvu zao zilipungua sana katika nchi ya Italy, hata hawakuweza kutawala huko tena, na mali yao yaliyokuwako nchi ya Italy yalikuwa karibu na kwisha. Basi, mapope wa Avignon, walipoona kwamba Waitalian hawatoi mali kuwasaidia, walijaribu kujipatia mali kwa nguvu zaidi kwingine; walijaribu kuwatoza Waingereza, wakadhalika, ndiposa walianza kuchukiwa na watu mno. Watu wengi, wa nchi mbali-mbali, walianza kuhubiri wazi mbele za watu kwamba Pope siye mkubwa wa Kanisa; wakamwita kuwa ni 'Mbwa-mwitu aliyevaa ngozi za kondoo'. Wengine waliandika vyuo vya kuwashtaki mapope, wakieleza watu kwamba ni walevi, waasherati, wakadhalika.

17

Matengenezo ya Kanisa (Reformation) Kazi za Wyclif na Huss; Mji wa Constantinople Kushindwa na Islamu; Kubuniwa kazi hiyo ya kupiga chapa Kazi za Luther na Calvin

Wyclif, A.D. 1324-1384

JOHN WYCLIF, aliyeitwa baadaye 'Nyota ya alfajiri ya Matengenezo' (Morning-star of the Reformation), alizaliwa

Yorkshire, nchi ya Uingereza, A.D. 1324. Alipopewa daraja ya ukasisi, alikuwa mtu hodari sana kuhubiri, kisha alikuwa mtu safi wa maisha. Aliushikia kinyume huo uovu wa monks, na mapadre. Hapo kwanza hakumshtaki Pope, ila alijaribu kuisafisha dini. Baadaye lakini matata makubwa yaliingia kanisani, kwa sababu Wafransa na Waitaliani hawakupatana katika kumchagua Pope. Mtu mmoja, Muitaliani, alichaguliwa, akawekwa awe Pope huko Rumi, akaitwa Urban VI, akakubaliwa na watu wa Italy, na Germany, na England, wakadhalika; ila mtu mwingine, Mfransa, alichaguliwa na watu wa Fransa, na Spain, na Scotland, wakadhalika, akawekwa awe Pope wao, akaitwa Clement VII, akakaa Avignon. Tokea mwaka A.D. 1378 hata 1414, basi, mapope wawili walikaa vivi-hivi, wakishindana siku zote, kila mmoja akimwita mwenziwe 'Mpinga-Kristo', kisha 'mjumbe wa Shetani'. Jambo hilo lilimchukiza sana Wyclif, akaanza kukataa ukubwa wa ule uaskofu wa Rumi, akionyesha kwamba jambo hili halikutoka katika Biblia; akafundisha ya kwamba huo utajiri wa Pope, na kule kutawala juu ya wafalme wa dunia, si neno lililopatana na Injili safi. Wale mapope wawili walipoendelea kushtakiana, Wyclif aliwataja wao kuwa ni 'sehemu mbili za Mpinga-Kristo mmoja'. Katika kuhubiri kwake Wyclif alikanusha sana Transubstantiation (maana 'Ubadiliko wa asili ya Mkate na Divai, bila ubadiliko ya sura yake', katika Sakramenti ya Missa), na Indulgences, na kumwabudu Mariamu, na kuwaungamia makasisi madhambi, na kuabudu sanamu, na mapadre kutooa, na sadaka za 'mass' kwa ajili ya wafu, wakadhalika. Alikaza sana kusema kwamba mambo yawapasayo watu kwa wokovu ni hayo yaliyoonekana katika Maandiko Matakatifu ya Biblia, hayo tu.

Wyclif ndiye wa kwanza wa kuifasiri Biblia kwa Kiingereza; akamaliza kazi hiyo kama A.D. 1382. Akawapeleka wafuasi wake waende kote-kote kulihubiri Neno safi la Mungu. Watu hao walivaa nguo za kimaskini, kisha hawakuvaa viatu, wakaishi kwa kupewa zaka za watu. Wakaitwa kwa jina la 'Lollards', maana, ni kama kusema, 'Waimbaji wa Zaburi'. Mafunzo ya Wyclif na wafuasi wake yalienea sana katika nchi za England na Scotland, hata watu wa pande za Germany na nchi nyingine-nyingine za Europe walivutwa kwa mafunzo yake. Yale Maandiko Matakatifu aliyoyafasiri yakawa kama shina la 'Reformation', maana, marejezo ya dini. Yeye mwenyewe na wafuasi wake waliudhiwa sana sana;

walichukiwa na maaskofu, na mapadre, naam, hata na watu wengine pia wakawachukia, kwa sababu watu wengi wa zamani zile walipenda zaidi mambo yale ya zamani, wala hawakuona sababu ya kuisafisha dini yao waliyokuwa wameizoea tangu siku nyingi. Mapadre wengine walisikitika sana walipoiona Biblia kufasiriwa katika lugha ya wenyeji. Kasisi mmoja alisema kwamba 'lulu ya Injili imetupwa chini ya nyayo za nguruwe ili kukanyagwa'. Wengine walisema 'Neno lililoheshimiwa litadharauliwa, lisiwe tena lenye maana'.

John Huss, A.D. 1369-1415

Mtu mmoja aliyevutwa sana na kugeuzwa nia, kwa alivyosoma vyuo vya Wyclif, ni John Huss, mtu wa Bohemia, Czechoslovakia. Huyo alihubiri kwa bidii kule kutengezwa kwake Kanisa. Watu wakamsikiza sana, lakini maaskofu na mapadre walichukiwa. Vyuo vya Wyclif vilikusanywa kwa amri za maaskofu, vikateketezwa motoni wazi mbele za watu. Huss alipigiwa marufuku ya Kanisa. Watu watatu waliomfuata waliuawa kwa kukatwa vichwa. Walipouawa hivi mbele ya wenziwao, yule askari aliyewaua, akatangaza kama desturi ya siku zile, akasema 'Atakayefanya mambo kama waliyofanya watu hawa, atakatwa kichwa chake vile-vile'. Basi watu waliposikia maneno hayo, wengi wakamjibu yule askari, wakapiga kelele, na kusema kwa sauti kuu, 'Tu tayari sisi kufanya vile-vile; hata tukikatwa kichwa si kitu'.

Jambo hilo likawasha moto wa 'Reformation' pande za Germany, kwa maana wengi wakayashika mafunzo ya Huss. Mwaka A.D. 1414, mfalme Sigismund, wa Bohemia, alimwamuru Pope John XXIII wa Rumi akutanishe Mkutano wa Constance, ili kumshtaki Huss kwa ajili ya mafunzo yake, na kumpa nafasi ya kutoa sababu yake ya kufunza hivyo. Habari za jambo hilo zikavuma kote-kote, basi watu wengi sana sana, wakakutanika katika mji wa Constance, nchi ya Germany, ili kuyasikiza mashtaka hayo, na kusikia jinsi Huss atakavyojibu. Yule Pope John mwenyewe hakutaka kufika mkutanoni, kwa sababu alijua moyoni mwake ya kwamba maisha yake si safi, naye aliogopa kushtakiwa na Huss mbele za watu. Alipofika karibu na mji akaona mkutano jinsi ulivyo mkuu mno, akasema 'Mimi leo najiingiza katika tanzi'. Alitaka kukimbia, ila alimwogopa yule mfalme, basi akaenda na kuketi mbele ya huo

mkutano. Haya basi, mambo yaliyokatwa katika mkutano huo ni matatu, nayo ni haya :
(i) Yule Pope John XXIII alitolewa kazini, kwa ajili ya uovu wa maisha yake.
(Bali hakuwa Pope machoni mwa wengi, bali mmoja kati ya maaskofu watatu waliojidai kuwa Pope. Kwa hiyo mwengine ameshika jina lile lile, 'Pope John XXIII', zamani zetu.)
(ii) Shauri lilikatwa la kusafisha uovu wa 'monasteries', maana, ni nyumba za hao watawa; na kukataza uvivu wa mapadre; na misamaha kuuzwa, wakadhalika.
(iii) Pamoja na kuyakata mambo hayo mawili yaliyo mema, ule mkutano ulimtia John Huss kifungoni, na baada ya mwezi mmoja, akahukumiwa kufa kwa kuteketezwa motoni.

Basi, walimwondoa katika daraja yake ya ukasisi, naye alipokataa kabisa kuyakana hayo mafunzo yake, akateketezwa motoni, July 6, 1415. Wakati alipofariki akawaombea adui zake, akinena, 'Bwana Yesu, ninakufa kwa ajili yako, nakuomba uwasamehe adui zangu'. Akiisha nena maneno hayo, akafa. Wale adui zake, lakini, wakakusanya majivu yake wakayatupa mtoni, yasije yakazikwa kwa heshima na rafiki zake. Twakumbuka tena jinsi ilivyoandikwa ya kwamba 'damu ya mashahidi ndiyo mbegu za Kanisa', maana jambo hili halikukomesha mafunzo ya Wyclif na John Huss, bali likayaeneza sana sana.

Mji wa Constantinople kushikwa na Islamu

Mwaka A.D. 1453, mji wa Constantinople ulishindwa vitani na mfalme wa Turkey, aliyeitwa Mohamadi II.

Pamoja na hayo, imetupasa kukumbuka kwamba huko kushikwa kwake mji wa Constantinople na Waislamu kulifaa sana dini ya Kikristo kwa njia moja, nayo ni hii : Tangu zamani za kale vyuo vingi mno vilivyoandikwa kwa lugha ya Kiyunani vilikuwa vimewekwa katika mji huo wa Constantinople. Uliposhikwa huo mji, vyuo hivyo vikaondolewa na wenyeji waliokimbia, vikapelekwa huku na huku vihifadhiwe. Vingi vikawekwa katika mji wa Florence, nchi ya Italy. Habari za vyuo hivyo zilipowafikilia walimu wa Ulaya, wengi wakaenda Florence, na kwingine, ili kuvisoma vyuo hivyo vilivyoandikwa katika lugha ya Kiyunani, maarifa yakaongezeka sana.

Katika walimu hao, mmoja, aliyeitwa John Colet, akiisha jifunza sana lugha hiyo ya Kiyunani, alirudi Uingereza, akaanza kuwafundisha watu, katika mji wa Oxford, mafunzo ya Agano Jipya katika lugha hiyo, nayo ndiyo lugha lililoandikiwa Agano Jipya tangu kale. Bidii yake John Colet iliwavuta watu sana, na zaidi waliovutwa ni wale 'Reformers' (maana, ni Watengezaji wa dini). Hao walikuja kutoka pande zote za Ulaya ili kujifunza lugha hiyo, wapate kusoma vizuri zaidi habari za Injili kwa usafi wake. Kwa jambo hilo, Matengezo ya Kanisa yakazidi kuwa na nguvu na kubarikiwa.

Kubuniwa kazi hiyo ya kupiga chapa, A.D. 1440

Hatuwezi kujua hakika ni nani aliyelibuni jambo hili la kupiga chapa, ila tunajua ya kwamba vyuo vilianza kupigwa chapa kama mwaka wa A.D. 1440. Mwaka A.D. 1445, Biblia ya kwanza ilipigwa chapa na mtu mmoja Mdachi, aliyeitwa Gutenberg. Kabla ya siku hizo vyuo vyote vilikuwa vinaandikwa kwa mikono ya watu, lakini tangu wakati huo vyuo vingi vikapatikana, kwa maana vilipigwa chapa. Basi, vyuo vilipoanza kuchapwa kwa njia hiyo iliyo rahisi, hayo mafunzo ya wale 'Reformers' (Watengezaji wa Dini) yaliongezeka sana sana. Vyuo vikachapwa maelfu-elfu, hata kasisi mmoja, Mwingereza, aliandika maneno haya, akasema, 'Tusipoondoa jambo hili la kupiga chapa, jambo hilo halina budi litatuondoa sisi kazini.' Na neno hilo aliliandika kwa sababu, watu walipopata kuyasoma Maandiko Matakatifu kwa lugha yao wenyewe, hawakukubali tena kudanganywa na uzushi uliofundishwa na mapadre wa siku zile za giza. Jambo hilo basi likafaa sana Kanisa la Kikristo kwa kueneza Injili safi, ipate kusomwa na watu wote nyumbani mwao.

Martin Luther, A.D. 1483-1546

Martin Luther alizaliwa katika nchi ya Germany, mwaka wa A.D. 1483. Katika ujana wake alijifunza kazi ya uwakili. Alipopata umri wa miaka 22, rafiki yake mmoja akafa ghafula, na jambo hili likamchoma moyo Luther, hata akaiacha kazi hiyo ya uwakili akaingia 'monastery', akawa mtawa, akajiumiza-umiza mwili wake kwa ajili ya madhambi yake aliyokuwa ameyafanya. Aliposoma Injili lakini alianza kufahamu ya kwamba maumivu hayo ya kujiumiza mwili hayafai kitu. Baadaye akageuzwa nia kabisa na kuingiwa na mwanga kwa kuusoma Waraka wa Mtume Paulo aliowapelekea Warumi. Basi, akaondoka katika 'monastery', akasafiri kwenda Rumi ili apate kujifunza zaidi. Siku moja alitaka kuingia katika kanisa kuu katika mji wa Rumi, basi alianza kukwea madarajani kwa kwenda kwa magoti; kwani hiyo ndiyo desturi ya siku zile, kwa sababu watu walifundishwa ya kwamba madaraja hayo ndiyo yale yale aliyoyakwea Bwana Yesu alipokwenda kuhukumiwa na Pilato, Yerusalemu. Maana wakaambiwa ya kwamba madaraja hayo ya nyumba ya Pontio Pilato yalikuwa yameletwa Rumi na kujengwa katika kanisa kuu la Rumi. Kwa hivyo watu hawakusubutu kukwea katika madaraja hayo kwa kuyakanyaga kwa miguu yao, ila wakawea kwa kwenda kwa magoti. Luther alipokuwa akikwea hivi kwa magoti, akasikia sauti rohoni mwake, ikinena 'Hao wenye haki watakuwa hai kwa imani' (Waru. 1 : 17). Alipoyasikia maneno hayo, mara akatambua moyoni ya kwamba kazi kama hizo, za kwenda kwa magoti, si kazi za imani, wala haziwezi kabisa kumpendeza Mungu. Basi, akasimama mara, akaondoka, akaenda zake kwa miguu.

Baadaye akamfikilia yule Pope, maana ni Pope Julius II. Alipoingia katika nyumba aliyokaa Pope alitumaini kwamba atakuta watu walio safi sana moyoni. Basi alistaajabu mno alipouona ulevi, na uovu wa maisha wa wale 'cardinals', maana, wale washauri wakuu wa Pope. Luther akakasirika sana sana moyoni, akaondoka, akaenda zake, akarudi kwao Germany, huku akisema, 'Rumi, uliokuwa mji mtakatifu umekuwa sasa mwovu kupita miji yote duniani.' Alipofika kwao, akakaa miaka kadhawakadha katika mji wa Wittenberg, nchi ya Germany, akawa mwalimu mkuu wa kufundisha dini; kisha akatafsiri Biblia katika lugha ya Kidachi. Baadaye lakini matata makubwa yalitokea, kwa maana Luther alimkuta 'monk' mmoja, aliyeitwa Tetzel jina lake, naye ni mjumbe wa Pope Leo X, aliyepelekwa na yeye ili kuziuza 'indulgences' (misamaha) katika nchi ya Germany. Huyo Pope alikuwa na haja ya fedha, basi aliwapeleka wajumbe wake, kama huyo Tetzel, kote-kote kuiuza hiyo misamaha, nao waliwahimiza watu sana sana wainunue. Luther akateta sana na Tetzel, akaandika hati iliyokana kwa ukali sana kule kuuza misamaha; kisha aliikaza hiyo hati kwa misumari katika mlango wa kanisa lililo kuu wa Wittenberg.. Matata makuu yakatokea; Luther akazidi kufundisha habari za dini ya Kikristo kurejezwa upya, iwe sawa na Biblia. Akakiandika chuo kilichoitwa jina lake 'Matengenezo ya Ukristo', ambacho kilifunza sana uovu wa 'Transubstantiation', na mapadre kutooa; kisha alikaza kunena ya kwamba Pope wa Rumi hana ruhusa ya kuyaeleza maneno ya Biblia kwa kuonyesha mafunzo yasiyokuwa mafunzo yake wazi. Basi, huyo Pope akampelekea Luther hati kumwonya atubu, na kukana mafunzo hayo; lakini hati hiyo Luther akaiteketeza wazi mbele ya watu, December 10, 1520.

Ndipo Luther akashtakiwa mbele ya mfalme na wakuu wa nchi. Mfalme Charles V akamwonya atubu, Luther akamjibu, akanena, 'Mimi ninayakubali hayo mafunzo yaliyofundishwa wazi katika Maandiko Matakatifu ya Mwenyezi Mungu, hayo tu.' Alipigiwa marufuku ya Kanisa na huyo Pope; pia akalaaniwa na kufukuzwa na yule mfalme, aende kukaa kwingine. Basi, alitoka, akaenda na kujificha kwingine. Lakini kutoka huko alikokaa, aliwahimiza watu waisafishe dini, akayaeneza sana mafunzo ya matengenezo (reformation); hata mafunzo yake yakafika nchi yote ya Germany, na kukubaliwa sana sana. Baadaye mafunzo yake yalienea zaidi, yakafika nchi nyingine, kama Uingereza, na France, na nchi nyinginezo za Ulaya.

Katika nchi ya Germany alisaidiwa sana na mtu mmoja aliyeitwa Melancthon, mwalimu mkuu mwenye elimu na maarifa, kisha mtu mpole sana sana. Wanafunzi wawili wa Luther walilisafisha kanisa la Sweden. Mwanafunzi mmoja, aliyeitwa Taussen, alipewa jina la 'Luther wa Denmark', kwa sababu yeye alifanya kazi katika nchi ya Denmark kama vile alivyoifanya Luther katika nchi ya Germany. Mwaka A.D. 1520, chuo kimoja alichokiandika Luther kilifasiriwa na watu wa Spain katika lugha yao, kikafanya kazi kubwa katika nchi hiyo ya Spain. Tena, vyuo vyake vikasomwa sana katika nchi ya Italy, hata Pope Clement VII akahubiri juu yake, akanena, 'huo uzushi mbaya wa Luther umetufikilia'. Mtu mmoja wa Scotland aliyeitwa Patrick Hamilton jina lake, aliteketezwa motoni, A.D. 1528, kwa alivyokaza kuyafundisha mafunzo ya Luther. Tena Waingereza wawili, walioitwa majina yao Frith na Tyndale, waliuawa kwa sababu hiyo-hiyo. Huyo Tyndale ndiye yule aliyeifasiri Biblia kwa Kiingereza, A.D. 1525-1534. Kwa mafunzo yake Tyndale alifungwa gerezani muda wa mwaka mmoja na nusu; na baadaye, kwa alivyokataa kuyakana hayo mafunzo ya Luther aliuawa kwa kunyongwa, na yule maiti akateketezwa motoni.

Tena, katika nchi ya France vyuo vya Luther vilienea sana sana, hata yule mwanafunzi wake, aliyeitwa Le Fevre jina lake, akaitwa 'Baba wa matengenezo katika nchi ya France'. Katika nchi ya Switzerland mtu mmoja, aliyeitwa Zwingli, alilishindania kwa ushujaa Neno safi la Mungu; naye pia anadhaniwa kuwa alivutwa kwanza kwa kuvisoma vyuo vya Luther, ingawa waalimu wengine wanadhani sivyo, ila labda aliibuni kazi hiyo yeye mwenyewe. Mtu huyo alihubiri sana kwamba 'Maandiko Matakatifu na yafunzwe tu, pasipo kufundishwa mafunzo na elimu ya ki-Kanisani'. Akafundisha zaidi mambo matatu, nayo ni haya :

(i) Kristo ndiye Kuhani wetu; wala hatujui ukuhani mwingine wa makasisi; wala ukuhani wa watakatifu walio wafu hatuujui.

(ii) Kristo ndiye Sadaka yetu; wala hatuijui sadaka ya 'mass'.

(iii) Maandiko Matakatifu ndicho kipimo chetu, au kanuni yetu; wala hatuzijui amri nyingine zisizoonekana humo.

Mambo hayo yanaonyesha jinsi zilivyo kuu kazi hizo alizozifanya Luther. Basi alikaa hivi, hali ya kujificha; adui zake walimtafuta sana ili kumwua, wasimpate, kwa maana alilindwa na wanafunzi wake. Akakaa katika mji wa Wartburg, nchi ya Thuringia, hata kufa kwake, A.D. 1546.

Calvin, 1509-1564

Mtu mmoja aliyevutwa sana sana na mafunzo ya Luther, ni Calvin, aliyekuwa mwana wa wakili mmoja wa France. Calvin alikuwa mtu mwenye elimu sana; alipokuwa akali kijana alistaajabisha watu kwa maarifa yake. Mwaka A.D. 1536, aliandika chuo kimoja cha kulitetea neno hili la marejezo ya dini, akaomba sana kwamba Wakristo waanze upya tena, kama walivyoanza kwanza. Siku moja alipokuwa katika safari, akafika nchi ya Switzerland, akataka kukesha kucha katika mji wa Geneva. Mtu mmoja, aliyeitwa Farel, mkuu wa wale waliotaka kulitengeza Kanisa la Switzerland, kwa kuyafuata mafunzo ya Luther, akamwendea, akamsihisihi sana akae kwa muda Switzerland, awasaidie. Calvin alitaka kukataa, ila wenyeji walizidi kumwomba akae, wasikubali kumpa ruhusa kuondoka. Mwisho alikubali, akakaa huko muda wa miaka 28, maana, hata kufa kwake. Kutoka mji huo wa Geneva, mafunzo yake yakaenea ulimwenguni mote, naye alikaza sana mafunzo hayo yanayofunza kwamba 'mtu ni kupewa haki kwa imani yake, si kwa njia ya vitendo'. Alikaza sana tena mafunzo ya 'kuanguka kwake Wanadamu'; tena kwamba mtu hutangulia kuandikiwa uhai mbinguni mbele ya mwanzo wa ulimwengu. Kisha, aliyatengeza mambo ya Karamu ya Bwana yarejee hali yake ya kwanza. Akajaribu sana kuisafisha dini ya Kikristo iwe kama ilivyohubiriwa na Bwana Yesu na Mitume wake. Akaweka 'wazee wa kanisa' watawale pamoja na mapadre. Akajaribu kuyakataza mafunzo yo-yote yasiyoonekana katika Biblia.

Pamoja na hayo yeye mwenyewe alikuwa ni mtu mgumu wa tabia, asiye na upole; lakini alikuwa na bidii mno kutaka roho za watu ziokoke. Mafunzo yake yalipoenea, wazee wa makanisa hayo waliwahukumu watu waliokosa, kwa hukumu zilizo ngumu sana.

Tena wazee wa kanisa waliwekwa wawe wapelelezi wa Wakristo, ili wayapeleleze maisha yao jinsi walivyoishi nyumbani mwao, na kuangalia jinsi walivyokwenda kuabudu kanisani, wakadhalika. Si madhambi mazito tu, yaliyoangaliwa hivi, ila na michezo na macheko pia yalikatazwa. Calvin hakufundisha sana habari za mapenzi ya Mungu, ila zaidi alikaza habari za hukumu ya milele. Kwa kufanya hivi, alichukiza wengine, lakini aliwavuta sana sana watu hao waliokuwa na bidii ya kuirejeza dini na usafi wa Ukristo. Watu wengi walivutwa kwake Geneva, toka pande zote za Ulaya. Tena, alikaza sana kufundisha kwamba inawapasa mapadre wawe watu wenye elimu, walio na hekima na maarifa ya dini. Yeye mwenyewe aliwafundisha mapadre kama 120, ili kuwapeleka waende France kuyaeneza mafunzo yake huko. Akafanya na madarasa makubwa katika mji wa Geneva, ili kuwafunza wangojezi wa dini. Mwenyewe akafa mwaka A.D. 1564; mtu hodari, aliyefaa sana Kanisa kwa bidii yake na elimu, lakini ni mtu mgumu.

18

Matengenezo ya Dini katika Nchi ya Uingereza
Matengenezo, chini ya Henry VIII na Edward VI
Walivyotawala Mary na Elizabeth

'Reformation', Maana, Matengenezo ya Dini, katika Nchi ya Uingereza

KATIKA maneno hayo yaliyoandikwa hapo juu, itaonekana kwamba hao watu walioanziza kazi hizo za 'Reformation', maana, ni kule kulitengeneza Kanisa la Kikristo, na kuirejeza dini iwe safi, hawakutaka kamwe kulibuni kanisa jipya, wala kuianzisha dini mpya, la, bali walitaka kuisafisha dini hiyo-hiyo iliyohubiriwa na Mitume wa Bwana Yesu, iwe sawa na mafunzo ya Kristo. Wakaisafisha, na kuyaondoa-ondoa yale makosa yaliyokuwa yamekubaliwa na Wakristo katika zamani za giza. Nao waliyakataa mafunzo ya uongo, ambayo hayakupatana na Injili. Hawakubuni dini mpya, la, ila waliiosha, au kuisafisha dini yao ya zamani, iwe safi tena. Na tena, watu walioifanya kazi hiyo zaidi ni wenyeji wenyewe, si wale maaskofu wala mapadre. Hao mapadre, kwa ungi wao, walikuwa ni wavivu, wakitafuta-tafuta ukubwa, na kutawala juu ya watu; kisha walikuwa wakitamani zaidi mambo ya ulimwengu huu; basi huo ukubwa wa Pope wa Rumi ni kitu kilichowapendeza, na kuwaridhisha. Wao waliona vyema kufundisha mafunzo ya kuiuza misamaha, na watu kumwungamia kasisi madhambi, na kufanya sadaka za 'mass', kwa sababu mambo kama hayo yaliongeza sana heshima yao na ukubwa wao. Walikuwamo mmoja-mmoja miongoni mwao waliokuwa na bidii kwa Mungu, ila si wengi. Zaidi ni uovu wao, na ubaya wa maisha yao, uliowatia watu nia hiyo ya kutaka dini irejezwe, iwe safi tena kama ilivyoonekana katika Injili.

Huko Uingereza, Kanisa lilikuwa limeingia vilevile katika mafunzo ya giza, kama yalivyokuwa yameingia katika makanisa hayo mengine ya Europe. Tangu mwaka huo wa A.D. 664, Waingereza walipomkubali yule Askofu Mkuu wa Canterbury, yule aliyewekwa na Pope, awe mkubwa wao mambo ya ki-Rumi yalikuwa yameongezeka sana sana kwao. Basi, vilevile kama makanisa yale mengine, yaliyojitia chini ya amri ya Pope wa Rumi, yalivyojiingiza katika mafunzo ya gizani, ni vivyo hivyo Kanisa la Kiingereza; maana, liliingia vilevile gizani. Pia, wenyeji wa Europe walipoanza kuamka katika usingizi wao, na kutamani dini isafiwe, na Waingereza kadhalika. Walikuwa wamechoka kwa kutozwa na Pope. Waliwadharau hao mapope wawili walioshtakiana, hapo walipokaa mapope katika mji wa Avignon. Kisha walikuwa wamevutwa sana kwa kazi za Wyclif, na kwa mafunzo ya hao wafuasi wake, walioitwa Lollards. Waliona kwamba yule Pope wa Rumi ni askofu wa Rumi tu, naye hana amri ya haki ya kuwatawala Waingereza; kwa maana, hana ukubwa yeye kuliko maaskofu wengine, isipokuwa amejitwalia enzi zisizo na haki.

Tena, hao Waingereza waliona kwamba wafuasi wa Pope walikuwa wameleta mafunzo mengi ya uongo, na desturi nyingi zisizofaa, na kuiharibu-haribu hiyo dini yao ya kale, waliyokuwa wameipokea tangu zamani kwa hao waliowafuata Mitume wa Bwana. Basi, wakiisha kuyaona mambo hayo, Waingereza walianza kulisafisha Kanisa lao kwa kumkataa yule Pope, asiwatawale tena.

Haya basi, mwaka A.D. 1353, mfalme Edward III alitoa amri ya Serkali kwamba si halali tena mtu akiisha hukumiwa na waamuzi wa Kiingereza, kutaka rufani kwa Askofu wa Rumi; kwa sababu yeye hana amri katika nchi ya Uingereza. Kisha, mwaka A.D. 1365, mfalme yule alitoa amri ya kwamba zile shillings 17,000 ambazo Pope alikuwa amewatoza Waingereza mwaka hata mwaka, zisitolewe tena. Mwaka A.D. 1374 watu Wafransa na Waitalian walikatazwa wasiwekwe tena wawe mapadre wa Kanisa la Kiingereza. Mwaka A.D. 1393 Parliament (Mkutano Mkuu wa Serkali) waliandika hati ili kumshaurisha mfalme Edward III ya kwamba matata yote, na fujo zilizoonekana katika nchi ya Uingereza, zote pia zilikuwa zimetoka katika kumkubali Pope wa Rumi kujiingiza katika mambo ya dini ya Kiingereza; nao walikuwa wamekwisha kata shauri kwamba hawatamkubali awatawale tena kamwe.

Mwaka A.D. 1383 mfalme Richard II alizikataza hati za Askofu wa Rumi, zisitangazwe katika nchi ya Uingereza isipokuwa kwa ruhusa ya mfalme wa Uingereza. Mwaka 1404, wakuu wa Parliament walimpa mfalme Henry IV shauri ya kukataza kodi za 'monasteries', wakadhalika, zisipelekwe Rumi tena, ila ziwe mali ya Serkali ya Uingereza, na kutumiwa kwa kazi za Serkali. Wakati huo lakini, zaidi ni hao wenyeji, na wakuu wa Serkali, waliochukizwa na mambo ya ki-Rumi; maaskofu na mapadre walikuwa radhi na kwendelea vivi-hivi kama walivyokuwa tangu hapo. Alipouawa John Huss, mwaka 1415 (angalia ukurasa wa 94), habari za kufa kwake, na za mafunzo hayo aliyoyafia, yakafika Uingereza, na kuwavuta watu sana sana moyoni. Kisha habari za Martin Luther, na kazi alizozifanya huko Germany zikavuma Uingereza, na kuwatukusha watu mno; wenyeji walitamani kuyashika mafunzo yake, ila wakazuiliwa sana na wakubwa wao. Mwaka A.D. 1494 Mwingereza mmoja, mwanamke, mzee, aliteketezwa motoni kwa alivyohubiri matengenezo ya Kanisa. Na sababu ya mateso hayo, si kwamba maaskofu walimtaka yule Pope wa Rumi awatawale, ila ni kwa sababu maaskofu na mapadre wengi hawakufahamu kwamba mafunzo hayo ya kina Luther ni ya kweli, kwa kuwa wao wenyewe walikuwa wameyazoea tangu zamani mafunzo hayo ya ki-Rumi. Ndiposa watu waliosubutu kuhubiri wazi habari za Kanisa kusafishwa, na dini kurejezwa, wakadhalika, waliudhiwa na maaskofu.

Mfalme Henry VIII, A.D. 1491-1547

Matata yakazidi, hata A.D. 1511 watu wawili, walioitwa Brewster na Sweeting, majina yao, waliteketezwa motoni, kwa walivyosubutu kuhubiri jinsi yalivyo mabaya mafunzo ya ki-Rumi. Mwaka 1521 Askofu Mkuu Warham, wa Canterbury, alishauriana na Wolsey, aliyekuwa ni mshauri mkuu wa mfalme Henry VIII, wakavikusanya vyuo vyote vya Luther vilivyopatikana, wakaviteketeza wazi mbele ya watu katika njia kuu za mji wa London. Kisha, katika mwaka huo-huo wa 1521 mfalme Henry VIII mwenyewe aliandika chuo kilichompinga Luther na mafunzo yake. Neno hilo linaonyesha kwamba ajapokuwa Henry alitaka kumkataa Pope, yeye mwenyewe aliyaridhia yale mafunzo yaliyofunzwa siku hizo.

Mwaka A.D. 1526 William Tyndale alipiga chapa Chuo cha Agano Jipya, katika lugha ya Kiingereza, na chuo hicho kilipigwa chapa huko Germany, kwa sababu kulikuwa hakuna ruhusa ya kukipiga chapa katika nchi ya Uingereza. Maaskofu walipopata habari za Chuo hicho kuchapwa, wakaweka wapelelezi wac mabandarini, ili kukizuia kisije kikaletwa merikebuni; vyuo vingi vilipata kufika salama, ila vyote vilivyoonekana na wale wapelelezi vikateketezwa motoni, kwa amri ya maaskofu, katika njia kuu za mji wa London mwaka A.D. 1527. Wenyeji, lakini, walikusudia sana kuwashinda maaskofu na mapadre, na kuwalazimisha kulitengeza Kanisa. Basi mwaka 1529 mkutano wa Parliament, uliyoitwa "Reformation Parliament", walitoa amri mapadre wakae mahali pa kazi yao, mapadre wasipewe uchungaji wa mitaa miwili-mitatu kila mmoja, wala mapadre wasiwe na ruhusa kufunguliwa naye Pope na amri hizi.

Kisha, mwaka 1534 Parliament walitoa amri nyingine, nayo ni amri yenye maana sana, wakaandika, 'Yule Askofu wa Rumi hana amri, wala nguvu, katika nchi ya Uingereza.' Amri hiyo ilitangazwa kote-kote katika nchi ya Uingereza, ikatiwa sahihi za wakuu wote wa nchi, na maaskofu, na mapadre, na wakubwa wa Serkali. Tena, mwaka 1535, mfalme Henry VIII alipewa jina la 'Mlinzi wa dini', kisha jina la Pope lilifutwa kabisa katika vyuo vyote vya dini. Pamoja na hayo yote, tusione ya kwamba Henry VIII alikuwa mtu safi wa moyo, aliyekuwa na bidii sana kwa kazi za Mungu, la, ila alikuwa mtu shujaa, asiyemwogopa Pope; naye aliyatambua jinsi yalivyokuwa matakwa ya watu walio raia zake, akashikamana na hao katika kumwondoa Pope wa Rumi, na mambo yake yote, katika ufalme wa Uingereza. Ushujaa wake na ukaidi wake ulifaa, na Mungu alikubali kumtumia yeye, awe kama chombo mikononi mwake, vilevile kama alivyomtumia yule mfalme wa Suriata (Isaya 10 : 5) awe fimbo ya hasira yake, ajapokuwa yeye mwenyewe si mtu mwema.

Mfalme Henry alikuwa ameteta na mkewe, aliyeitwa Catherine, jina lake, kwa kuwa hakuzaa mtoto mume wa kuurithi ufaime, basi alitaka kumtoa yule mke, apate kumwoa mwingine. Kwa hiyo, Henry alikuwa anamwomba Pope kutoa hati kwamba ndoa yake na Catherine si halali, kwa sababu ya ndoa ya Catherine na nduguye Henry, ambaye alikuwa amekufa kabla yake Henry kumwoa Catherine. Pope Clement VII alikataa kutoa hati, na Henry akaona ya kuwa hawezi kumwondoa Catherine asipokuwa aziondoe amri za Pope kutoka Uingereza. Kasisi mmoja, Thomas Crammer, alitoa shauri ya kuwa Henry apate hati za mauniversity ya Ulaya kuhusu ndoa yake, na Cranmer akapewa uaskofu ukuu wa Canterbury, akatoa hati kwamba ndoa ya Henry na Catherine si halali. Kwa amri ya A.D. 1534, hakuna rufani ila rufani mbele ya mfalme mwenyewe. Catherine aliondolewa na Henry akamwoa mwanamke mwengine.

Mwaka 1536 Henry, kwa shauri la Parliament, aliwatuma watu kadhawakadha waende kuzipeleleza nyumba za watawa (monasteries). Wapelelezi hao wakafanya kazi yao miezi michache, kisha wakamletea mfalme habari, wakamweleza ya kwamba nyumba hizo zilikuwa na uovu mwingi. Wakawashtaki 'monks' vibaya kabisa, kwamba ni waasherati, walevi, wavivu, wakadhalika. Hapana budi uovu na dhambi vilikuwamo katika 'monasteries', lakini imedhaniwa kwamba wale wapelelezi walizidisha kuwashtaki 'monks' bure. Maana, monks wengine walikuwa watu walio safi wa moyo, wenye bidii kuwauguza wagonjwa, na kuwasaidia maskini; tena, wengi walikuwa waandishi wa vyuo, waalimu wa dini, wakadhalika.

Wengine kweli walikuwa wabaya, watu walioishi maisha ya uvivu na raha, wakilishwa kwa zaka za Wakristo.

Mfalme Henry, alipopata mashtaka hayo, akashauriana na Parliament, nao wakazifunga monasteries, zapata kama 376 hesabu yake, wakawatawanya watawa, waume kwa wake. Kisha, mali ya monasteries zilizofungwa hivi, wakampa mfalme kwa kazi za Serkali; akapata fedha kama £100,000, jumla yake. Mwaka 1538 mfalme na Parliament walitoa amri nyingine, wakazifunga monasteries nyingi tena, wakazinyang'anya mali zao, yapata kama £400,000. Pamoja na hizo fedha zilizoshikwa hivi, mfalme alipata pia kodi za nyumba hizo, na mashamba yake, mwaka hata mwaka. Na kodi alizozipata kwa kuzikodisha hizo monasteries na mashamba yake, zilikuwa zafika kama £150,000 kila mwaka. Kakita mali hizo mfalme alitumia sehemu kwa kazi za Serkali, akajenga na madarasa makubwa; lakini sehemu kubwa ya mali akaitumia yeye mwenyewe kwa raha zake.

Pamoja na kazi hizo alizofanya Henry VIII, za kumkataa Pope wa Rumi, na kuzifunga hizo monasteries, Waingereza walifanya bidii pia kuyasafisha mafunzo yaliyofunzwa kanisani. Mwaka 1534 waliandika majina ya vyuo kadhawakadha vilivyofundisha uzushi, wakatoa amri ya Serkali kwamba vyuo hivyo havina ruhusa ya kuuzwa tena, wala kusomwa. Tena, mwaka 1536 mfalme mwenyewe aliandika kwa mkono wake, akiisha shauriana na maaskofu, 'Sharti kumi za Dini' (Ten Articles), na sharti hizo zilitiwa sahihi na Askofu Mkuu wa Canterbury, na Askofu Mkuu wa York, kwa ajili ya maaskofu wote pia wa Kanisa la Kiingereza. Mwaka 1539 iliamriwa na Wakuu wa Serkali kwamba hiyo 'Biblia Kuu' (Great Bible) iwekwe katika kila kanisa, na Biblia hiyo ilikuwa inachapwa katika lugha ya Kiingereza. Tena, walitoa amri kwamba wakuu kati ya watu nao wenye elimu wapewa ruhusa ya kuwa na Biblia nyumbani mwao, neno ambalo kwamba lilikuwa limekatazwa hapo zamani. Kisha, mwaka 1543 mfalme aliamuru kwamba mlango mmoja wa Biblia usomwe kanisani, katika lugha ya Kiingereza, katika sala za kila siku. Mwaka 1544 Litania ilitengezwa katika lugha ya Kiingereza.

Mfalme Edward VI, A.D. 1547-1553

Alipofariki mfalme Henry VIII, mwanawe Edward aliwekwa awe mfalme, angawa alikuwa ni mtoto tu, wapata miaka kenda umri wake; kwa sababu hao wana wengine wa Henry walikuwa ni wa kike. Huyo mtoto alisaidiwa sana na Askofu Mkuu wa Canterbury, aliyeitwa Cranmer jina lake, akaendelea kulisafisha Kanisa na ibada yake. Mwaka 1548 hiyo taratibu ya kuisongeza Karamu ya Bwana iliamriwa iwe kwa Kiingereza. Mwaka 1549 Kitabu cha Sala ya Umoja kilitengezwa, ili kuziondoa hizo fujo na matata yaliyoonekana katika vile vyuo vya ibada vya zamani. Maana, zamani hivyo vyuo vilikuwa ni vingi, kisha mbali-mbali, kisha vilikuwa vinapigwa chapa katika lugha ya Kilatini; basi kitabu hicho cha 1549 kilipigwa chapa katika lugha ya Kiingereza, kisha, kiliamriwa na amri ya Serikali kitumiwe katika kila uaskofu, ili kulikomesha jambo hilo la kila uaskofu kuwa na kawaida zake za sala mbali-mbali. Kitabu hicho cha 1549 kilitengenezwa na Askofu Mkuu Cranmer, wa Canterbury, pamoja na washauri wakuu wa mfalme; ila hakikuwaridhisha watu sana, kwa sababu yalikuwamo mafunzo ya ki-Rumi, ambayo kwamba hayakuondolewa kabisa kama walivyotaka watu wengine. Basi chuo hicho kilileta matata, na mwaka 1551 walimu wa dini waliwekwa kwa amri ya Serikali ili kukitengeneza tena. Walimu hao walipokwishafanya kazi zao, mwaka 1552 Kitabu cha pili cha Sala ya Umoja kilipigwa chapa, kikaamrishwa kwa amri ya mfalme na washauri wake. Katika kitabu hicho cha 1552, hao wenye kukitengeza walifanya bidii kuyaondoa kabisa mambo yote yaliyofanana na dini ya ki-Rumi. Tena, mwaka 1553 zile 'Sharti za Dini' zilitengenezwa tena, zikaongezwa zikawa 'Sharti za Dini XLII', nazo zilikaza sana matengezo ya dini.

Malkia Mary 1553-1558

Alipokufa mfalme Edward, dada yake aliwekwa awe mfalme, yule aliyeitwa Mary. Mary ni mwana wa yule mke wa kwanza wa Henry VIII, maana Catharine, basi kwa dini alikuwa mtu wa ki-Rumi. Alipoanza kutawala, mara alifanya bidii mno kuyaondoa mambo yote ya 'Reformation', na kuyarudisha mafunzo ya ki-Rumi. Aliwafunga gerezani Askofu Mkuu Cranmer wa Canterbury, na Askofu Mkuu Holgarth wa York, na Askofu Coverdale wa Exeter, na Askofu Ridley wa London, na Askofu Hooper wa Gloucester, na Askofu Latimer wa Worcester, pamoja na watu wengi tena. Kisha alimwomba Pope akubali tena kuwa kichwa cha Kanisa la Kiingereza. Pope alifurahiwa sana, akampeleka mjumbe wake Cardinal Pole, awe wakili wake katika nchi ya Uingereza. Kile

Chuo cha Sala cha 1552 kikaondolewa, kisitumiwe tena; na mambo yote ya ibada yalirejezwa yawe kama yalivyokuwa hapo zamani kabla hayajatengenezwa. Kisha, mateso makuu yalitokea; hao maaskofu Cranmer, Ridley na Latimer, waliwekwa mbele ya waamuzi ili kuhukumiwa, na katika mashtaka yao waliulizwa mambo matatu tu, nayo ni haya:

(i) Kwamba mwili halisi wa Bwana umo katika Sakramenti ya Ushirika.

(ii) Kwamba mkate na divai hugeuka katika Sakramenti, kuwa mwili na damu halisi, wala visiwe tena mkate na divai.

(iii) Kwamba 'mass' ndiyo sadaka halisi kwa ajili ya madhambi ya watu walio hai, na kwa wafu pia.

Hawakushtakiwa neno lolote tena, isipokuwa maneno hayo matatu tu. Ridley na Latimer, katika kuyajibu hayo, wakakaza sana mafunzo ya ki-Reformation, wakakana kabisa mafunzo hayo ya mkate na divai kugeuka viwe nyama na damu halisi, basi walihukumiwa wauawe kwa kuteketezwa. Wakauawa mwaka A.D. 1555, kwa kuteketezwa motoni wazi mbele ya watu, katika njia kuu ya mji wa Oxford. Walipofungwa kwa minyororo ya chuma, na kuni zilipotiwa moto, yule Latimer, naye ni mzee sana, umri wake wapata miaka kama 85, akamwambia Ridley, 'Uwe shujaa, Bwana Ridley; hivi leo sisi tutauwasha mshumaaa mkuu mno, ambao kwamba, kwa neema ya Mwenyezi Mungu, hautazimika tena milele.' Yule mzee akafa upesi, lakini Ridley, kwa sababu kuni zake zilikuwa mbichi, kisha zilitengezwa vibaya, akaumizwa mno-mno na huo moto; wala hakuna mmoja katika wale watesi wake aliyetaka kumhurumia, ila mwisho rafiki mmoja akizitengeneza zile kuni, moto ukawaka kwa ukali akafa.

Askofu Mkuu Cranmer aliwekwa muda gerezani, walinzi wake wakamsihi-sihi sana ayakane mafunzo yake, naye mwisho alikubali kutia sahihi yake katika hati ya kuyakana. Ndipo alipelekwa mbele ya mkutano mkuu wa watu, ili akane kwa kinywa chake wazi mbele ya waamuzi wake, na mbele ya mkutano huo wa watu. Alipoanza kuhubiri, lakini, akaona haya kuyakana mafunzo ya kweli, basi akaanza kuhubiri, kwa ushujaa mno, na kuyakaza kabisa kabisa mafunzo ya matengenezo ya dini. Waamuzi wakastaajabu, wakaingiwa na hasira kuu, wakaamuru aondolewe na kuuawa. Basi, akauawa kwa kuteketezwa motoni, mwaka 1556. Naye mwenyewe wakati moto ulipowashwa, akautia mkono wake wa kuume motoni ili uteketezwe kwanza, huku akinena, 'Mkono huu ulio dhaifu, na uangamizwe kwanza, kwa ulivyota sahihi yangu katika hati ile ya uongo.' Akiisha kunena maneno hayo, akaomba 'Ewe Mungu; uipokee roho yangu'. Kisha alivumilia maumivu yake kwa ushujaa, hata alipokufa motoni.

Alipouawa hivi Cranmer, yule Cardinal Pole aliwekwa awe Askofu Mkuu wa Canterbury, na mateso makuu yalitokea, yakaendelea muda wa miaka mitatu.

Mary hakuishi sana, kwa maana alikufa mwaka 1558, November 17, na siku ya pili yake yule Askofu Mkuu Pole alikufa naye, basi njia ya dini kutengenezwa ilirejezwa tena.

Malkia Elizabeth 1558-1603

Malkia Mary alipokufa, ndugu yake aliyeitwa Elizabeth, alitawala badala yake. Elizabeth naye alikuwa mwana wa Henry VIII; mama yake ni yule Anne Boleyn, basi kwa dini alikuwa wa ki-Protestant, maana, ni mtu aliyeipenda 'Reformation', au matengezo ya dini.

Elizabeth na washauri wake, lakini, waliirejeza kwa bidii na ushujaa dini ya ki-Protestant, na kuziondoa desturi za ki-Rumi katika ibada za kanisani. Mwaka 1559, kile Kitabu cha Sala cha pili kilichopigwa chapa na Edward VI, (maana, kile cha 1552), kilirudishwa tena. Walakini, Kitabu cha 1559 kimebadilika kidogo, kwa mfano maneno ya Ushirika Utakatifu, 'Mwili wa Bwana wetu Yesu Kristo, uliotolewa kwa ajili yako, ukulinde mwili na roho hata uzima wa milele', yasiyopo katika Kitabu cha 1552, yalirudishwa tena. Kwa mabadiliko haya, Elizabeth na washauri wake walijaribu kuwapatanisha Wakristo wote wa Uingereza, ila wale waliomtii Pope hata kutokubali Elizabeth kuwa mfalme wa kweli.

Nacho kikiisha kutengenezwa mahali-mahali ili kuwaridhisha watu wa upande huu na wa upande huu, kikawekwa kwa amri ya Serkali, kiwe ndicho Kitabu cha Sala kilichoamriwa. Elizabeth alikuwa katika mahali pagumu, maana fujo na matata na hofu nyingi zilikuwako, basi yeye na wakuu wake walitaka sana kuwapatanisha watu wote wa raia zake; chuo hicho basi kilitengenezwa huku na huku ili kujaribu kuwapendeza wote. Kilipoamriwa, lakini, kile chuo, si wote waliokipenda; kilikubaliwa na mapadre 9,211, hesabu yao, wakakitia sahihi. Ila mapadre 189 wakakataa, nao wakaondolewa katika kazi zao, na katika makanisa yao.

Zamani zile, wakuu wa Rumi waliona wazi kwamba mafarakano katika Kanisa yalizidi hata kuiharibu dini, wakaanzisha Baraza Kuu ya Trent, Mji wa Italy, nao wakakutana pale kati ya miaka 1545 na 1563. Mkutano huo umefaulu kwa mambo mengi, kama kusafisha Kanisa na kuanzisha masemenari kwa mapadre wote na kukomesha uasherati kati ya watawa na mapadre. Matokeo yake yameitwa 'Counter Reformation', walakini hawakuweza kupatanisha Wakristo wa Ulaya ambao waendelea katika utengano mpaka siku zetu. Kwa mfano, A.D. 1570 Warumi walifahamu ya kuwa ni bure kutumainia raha kati ya Rumi na Kanisa la Uingereza, na Pope Pius V akamharimisha Elizabeth, na kuwaagiza Waingereza wote walio wafuasi wa Rumi kumwasia Elizabeth. Tendo hilo ni la kuvunja uhusiano na umoja kati ya Warumi nao Waingereza, kwa mwisho.

Mwaka 1571 Kanisa la Uingereza lilitengeneza kwa kipya zile 'Sharti za Dini' 42, ziwe 39 kwa hesabu, kama zilivyo sasa katika Uingereza; kisha mapadre wote walitakiwa kuzikubali kwa sheria ya Serikali, na kwa amri ya Kanisa. Ilivyosemwa siku zile, 'Kanisa la Uingereza ndilo lile-lile la zamani; Waingereza hawakulianzisha Kanisa jipya, wala dini mpya, ila wamelisafisha Kanisa, na kuitengeneza dini yao, ili kujitenga na hayo makosa yaliyokuwa yameingia'.

Waliokataa utawala wa Rumi siku zile walijiita kuwa 'Protestant'; neno hili 'Protestant' lina maana ya 'kukataa', lakini lina maana ya pili, yaani, kushuhudia, ama 'kusema kwa uthabiti'. Kisha, neno hili limetumiwa na wengi kuwa na maana nyingine, yaani, dini inayopatana na Maandiko Matakatifu.

19
Mambo yaliyotokea baada ya hayo Matengezo ya Dini Walivyotokea Quakers na Presbyterians Matengenezo ya Dini katika Nchi ya Scotland

Uingereza : Mambo yaliyotokea baada ya Matengenezo ya Dini

WAKATI huo walikuwako watu kadhawakadha walioona ya kwamba Malkia Elizabeth na washauri wake, wajapokuwa wamelitengeza Kanisa, hawakulisafisha upeo kama ilivyowapasa. Watu hao walitaka kulisafisha zaidi, nao walianza kuitwa kwa jina hilo la 'Puritans', kwa vile walivyojaribu kuisafi dini kabisa kabisa. Watu hao walikataa kuitumia alama ya msalaba katika ubatizi. Hawakukubali kupewa pete katika ndoa; wala kupiga magoti wakati wa kupokea mkate na divai katika kushiriki Karamu ya Bwana. Walizikataza na hizo nguo nyeupe (surplices) za makasisi; na siku hizo za ukumbusho wa watakatifu waliofariki, wakadhalika; hayo yote walitaka kuyaondoa. Watu hao walikuwa 'Protestants' wenye ushujaa, wakishikamana sana na mafunzo ya huyo Calvin (tazama hapo nyuma). Wengine katika watu hao walikataa Kanisa kutawaliwa na maaskofu, wakisema kwamba 'maaskofu' si watu waliowekwa Kanisani kwa mapenzi ya Mungu, ila wamewekwa kwa makosa ya ki-Rumi. Wengine tena hawakuwa radhi kutawaliwa na mfalme na Serkali katika mambo ya ibada, walitaka kila kanisa kuwa na ruhusa ya kujitawala katika mambo ya dini, na ya ibada.

Hao 'Puritans' wote walishikamana sana na Biblia, na kukaza sana kwamba amri na desturi zilizoonekana katika Biblia zina maana na nguvu sana kuliko desturi na amri za Kanisa lenyewe, na za Serkali. Wakalishindania sana neno hilo la kila mtu kuwa na ruhusa kusoma Biblia mwenyewe na kuyafahamu maneno yake yeye mwenyewe kwa msaada wa Roho Mtakatifu. Katika kuyashindania mambo hayo wengine walikuwa wakaidi sana. Mapadre wengine wakakataa kabisa kuivaa 'surplice'; wengine walikataa kuzifuata amri nyingine-nyingine zilizoandikwa katika Kitabu cha Sala. Basi watu hao wakashtakiwa kwamba wanazikataa amri za mfalme, wakaondolewa makasisi, wapata kama 37, katika kazi yao.

Mfalme James I

Malkia Elizabeth alipokufa mwaka 1603, James I aliwekwa awe mfalme. Naye alipoanza kutawala, wale 'Puritans' wakamwandikia barua, wakamsihi sana kuwahurumia katika mambo hayo madogo-madogo yaliyowachukiza. Hati hiyo iliitwa 'Millenary Petition', maana, ni 'Maombi ya watu elfu', kwani walisema kwamba ni hati ya maombi iliyoandikwa kwa ajili ya mapadre, wapata 1,000 hesabu yao. Mfalme James I alipoipokea hati hiyo, aliwakutanisha washauri wake katika mkutano wa 'Hampton

Court', mwaka 1604, ili kuyafikiri mambo hayo. Kwamba wale Puritans wangelikubaliwa kwa mapenzi, labda Kanisa la Kiingereza lingeendelea kwa umoja, lakini wakiisha kushauriana kitambo kidogo, na kukitengeneza-tengeneza Kitabu cha Sala, huku na huku katika mambo madogo-madogo, James aliufumua mkutano, akinena kwa hasira ya kwamba yeye atawalazimisha wale Puritans wazitii amri za Serkali, hata na katika mambo ya dini pia. Jambo hilo likaleta matata makubwa kati ya mfalme James na raia zake. Lakini James alikubali na utafsiri mpya wa Biblia, iliyopigwa chapa mwaka 1611 na kuitwa "Authorized" au "King James Version".

James mwenyewe alikufa mwaka 1625, lakini matata hayo hayakukoma, ila yakazidi kuwako wakati alipotawala mfalme Charles I, huyo aliyemfuata James. Fujo nyingi zikatokea, hata wenyeji wakamwasi mfalme, wakapigana vita naye, wakamshinda, wakamwondoa katika ufalme wake; mwisho wakamwua kwa kumkata kichwa, mwaka 1649. Tusione ya kwamba ni mambo hayo ya dini tu yaliyoleta vita hivi vikali kutokea kati ya mfalme na watu wake, la, kwani matata mengi tena yalitokea katika mambo kadhawakadha ya Serkali. Pamoja na hayo, Cromwell, yule mkuu wa hao watu waliomwasi mfalme, mwenyewe alinena ya kwamba yeye hangelimwasi wala kupigana vita naye, isipokuwa ni kwa ajili ya hilo neno la kuisafi dini, kwani aliona kwamba ni vyema kumpendeza Mungu kuliko kumtii mfalme Charles, au mfalme ye-yote wa duniani.

Nonconformists, au Dissenters

Kwa ajili ya matata hayo ambayo tumesoma habari zake hapo nyuma, kulitokea huku na huku makundi ya watu ambao kwamba hawakukubali kuziandama amri na kawaida za Kanisa la Kiingereza. Wengine ni watu waliofukuzwa kutoka katika Kanisa hilo, na wengine walijitoa wenyewe kwa sababu hawakufurahiwa na mambo yake. Ni Wakristo hao, wenye bidii kwa Mungu, ila walianza kufanya ibada yao nje ya Kanisa la Kiingereza. Hao ndio walioanza kuitwa *Nonconformists* (maana, watu ambao hawazikubali kawaida zilizoamriwa), au *Dissenters* (maana, Wasioridhika na mambo yaliyowekwa). Lakini, watu ambao wafanya adabu waona ya kuwa ni vyema kuwataja "Free Churches", jina ambalo wapenda zaidi wao wenyewe.

Quakers, au Society of Friends, maana, ni Jamii ya Marafiki

Mwaka 1624 alizaliwa mtu mmoja, Mwingereza, aliyeitwa jina lake George Fox. Huyo alipokuwa angali kijana, umri wake akipata miaka kama 19, alichukiwa sana moyoni kwa ajili ya ule ulevi, na uovu, wa watu wa siku zile. Madhambi ya watu yalimhuzunisha sana sana, asipate kulala usingizi, ila ni kukesha kucha katika kumwomba Mungu. Mwaka 1643 mtu huyo alijiona mwenyewe kuwa ameitwa na Mungu, akaanza kuhubiri huku na huku, na watu walipomfuata, alianziza kundi la watu aliowaita, 'Jamii ya Marafiki'. Jamii hiyo si Kanisa, lakini ni Shirika ya watu walioshirikiana katika dini; wasio na mapadre; wasio na kawaida za Imani (Creed) zilizoandikwa; wasio na Sakramenti, wala vitabu vya sala. Watu wa Jamii hiyo walikusudia kuishi maisha ya Kikristo pasipokuwa na amri zo-zote za nje, isipokuwa ni kuamriwa na Roho moyoni mwao. Walikuwa wakikutana pamoja kushukuru wali kimya, wasiwe na taratibu za ibada, bali kila mtu aliyependa mwenyewe akawa na ruhusa kumwomba Mungu kwa sauti, au kuhubiri, au kusoma maneno ya Maandiko Matakatifu, kama alivyoongozwa moyoni mwake—ndiyo desturi yao waliyoifuata walipokutana pamoja kushukuru.

Kisha, watu hao walikataa kuapa, au kujiapiza (Mathayo 5 : 34); nao walikataa kabisa kuandikwa kuwa askari (Mathayo 5 : 39). Hawakuwa watu wenye matata; bali walikuwa wapole sana sana, wenye mapenzi, ila wakakataaa kabisa kuzitii amri za mfalme au maaskofu, katika mambo ya Serkali au katika mambo ya dini, ambazo kwamba waliziona hazikupatana na mafunzo ya Roho Mtakatifu aliyekaa mioyoni mwao. Kwa kukataa amri za Serkali hivi, wengi wakashtakiwa, wakafungwa gerezani. Hawakukataa kufungwa, ila walikaza sana sana maneno hayo ya Bwana Yesu, yaliyoandikwa hasa katika Mathayo 5 : 33-42. Hao 'Friends' hawakuwa sawasawa na wale 'Puritans' tuliowataja hapo nyuma, kwani Puritans walishikamana kabisa na maneno yaliyoandikwa hasa katika Biblia, lakini hao Friends waliamini zaidi katika hizo 'nuru za ndani' azipatazo kila mtu kwa kufunuliwa na Mungu, huku wakikaza sana maneno yaliyoandikwa 1 Yohana 2 : 20. Kisha, kulikuwa na tofauti kadhawakadha kati yao na Puritans, kwani hao Puritans walitumia Vitabu vya Sala, na kuzisongeza Sakramenti, lakini Friends hawakutumia Vitabu vya Sala, na Sakramenti hawakuzisongeza, kwa sababu walisema kwamba huzipokea kwa njia ya ki-rohoni tu; maana huzipokea baraka za Sakramenti rohoni pasipokuwa na hizo alama za nje.

Presbyterians. Pamoja na wale Quakers, kulikuwa na kundi jingine la watu waliojiita 'Presbyterian'; nao ni watu ambao hawakukubali Kanisa kutawaliwa na maaskofu.

Asili ya jina hilo 'Presbyterian' ni lile neno Presbyteros, au Mzee; maana, ni kanisa lililotawaliwa na wazee. Huyo mfalme Charles I alipoondolewa, kama tulivyosoma hapo nyuma, nchi ya Uingereza ilikuwa haina mfalme kwa muda. Ikatawaliwa na Parliament ya wenyeji, chini ya mtu mmoja aliyeitwa Oliver Cromwell tangu mwaka 1649 hata 1658, na chini ya Richard Cromwell toka 1658 mpaka 1660. Wakuu hao walichaguliwa na wenyeji wenyewe wawe wakubwa badala ya mfalme.

Mwaka 1660, lakini, Charles II aliwekwa awe mfalme, naye mara moja akakutanisha Mkutano wa Savoy, A.D. 1661, ili kukitengeza tena Kitabu cha Sala. Katika mkutano huo walikutana maaskofu 12, na Presbyterians 12, pamoja na Washauri wengine walioitwa kuwasaidia. Walipokutanika, lakini, watu hao hawakukubaliana wala kuridhiana, basi kulikuwa na matata tu, wala hawakupatana. Pamoja na hayo wakakitengeneza kidogo-kidogo kile Chuo cha Sala cha 1604, na kutoa amri kwamba kipigwe chapa tena, lakini kule kutengeneza hakukuwa na uradhi uliowafaa hao 'Presbyterians', ila kulionyesha wazi-wazi kwamba Kanisa la Kiingereza ni kanisa lenye kutawaliwa na maaskofu.

Mwaka 1662, mwezi wa January, mfalme na washauri wake wa Parliament walitoa amri ya kwamba Kitabu cha Sala hicho, kilichotengenezwa hivi, ni lazima kitumiwe, kwa amri ya Serkali. Haya basi, amri hiyo ya Serkali ilipotolewa, katika hao Presbyterians ni wengi waliokataa kabisa kuitii. Kwa sababu hiyo wakaondolewa mapadre wapata kama 2,000, wakakatazwa wasifanye kazi zao tena kanisani. Wajapokuwa walitolewa hivi kazini, watu hao na wafuasi wao, hawakukubali kabisa kutawaliwa na Serkali katika ibada yao, wakaendelea kushukuru kama walivyoona vyema wao wenyewe.

Pamoja na hao Presbyterians waliotolewa kazini mwao, wale Quakers pia walishtakiwa kwa vile walivyokataa kuzitii hizo amri za Serkali katika mambo ya ibada yao. Mwaka 1662 walitiwa gerezani Quakers wapata kama 4,500, hesabu yao; na katika hao waliofungwa, watu 400 hawakufunguliwa watoke gerezani hata kufa kwao. Mambo hayo yakaleta magawanyikano makuu katika nchi ya Uingereza, kwa maana yaliwachukiza mno hao Nonconformists, wasikubali tena kupatana na Kanisa la Serkali, huku wakidhani kwamba maaskofu ndio sababu ya fujo hiyo kuingia.

Matengenezo ya Dini (Reformation) katika nchi ya Scotland, na yale ya nchi ya England yana tofauti; mambo haya yalitokea kabla ya nchi za Scotland na England kuwa ni Ufalme mmoja. Mafunzo ya Luther yameenezwa katika Scotland na mambo fulani kutengenezwa chini ya Askofu Mkuu John Hamilton, ambaye alitunga "Katekisimo" mwaka 1552 bila kuandika neno lo lote kuhusu Pope. Mmojawapo wa Watengenezaji alikuwa John Knox. Zamani zile Wascot waligawanyika katika sehemu mbili, waliotaka kushirikiana na Uingereza, nao waliotaka kushirikiana na France. Utawala wa Pope umedhaniwa kuwa sawa na urafiki na Wafaransa, na wengi waliogopa Wafaransa, hasa kwa sababu ya maaskari ya France waliokuwapo katika Scotland. Mwaka 1547 wenyeji wa mji wa St. Andrew's waliasi, wakimwua Cardinal Bethune, wakashindwa na Wafaransa, na John Knox kati ya wengine akafungwa kuwa mvuta kasia katika jahazi, kule France, kwa muda.

Mwaka 1560 thaura ilikuwapo, waliotaka urafiki na Uingereza wakiasi, kwa msaada wa jeshi la Kiingereza wakawaondoa Wafaransa. Parliament ya Scotland ilitangua utawala wa Pope, Missa ya Kilatini, na mambo mengine. Lakini Watengenezaji waliendesha mabadiliko yao kwa upole, kwa sababu ya Malkia ambaye alikuwa Mrumi kwa dini. Watawa waliachwa walivyozoea, na maaskofu watatu wakiendelea kazini. Ikiwa hakuna askofu, John Knox na wakuu wengine wa Matengenezo walimwamuru 'superintendent' (msimamizi) bila kumweka wakf. Sharti za Kanisa zilifanana na sharti za Calvin, na mamlaka yaliwekwa katika 'General Assembly' (Baraza) ya wakuu wa nchi.

Baada ya siku za Knox, uongozi wa Kanisa ulishikwa na Andrew Melville, mwalimu aliyesoma katika Geneva. Huyu Melville aliamini ya kuwa kula mhudumu ni sawa, wala hakukubali kuwako kwa maaskofu, wala 'msomaji' wa sala asiye 'Presbyter'. Sawasawa, hakukubali utawala wa Wakristo wasio wahudumu juu ya Kanisa. Kwa sababu hii, alishindana na serikali na wakuu wa nchi.

Walakini, Mfalme James I (wa kwanza kuwa mfalme katika Uingereza pamoja na Scotland) alipatanisha Wakristo wa Scotland, mwaka 1610 akaingiza maaskofu waliowekwa wakf katika London. Tabia ya Kanisa la Scotland lilikuwa nusu Kipresbyterian, nusu Kiepiscopal. Lakini baada ya James I, Mfalme Charles I aliwafarakisha Wascot na sheria fulani, mwishoni akakiamuru Kitabu cha Sala kwa Scotland (kisicho sawa na Kitabu cha Uingereza) mwaka 1637, wananchi wakafanya ghasia, kumshtaki mfalme kwa 'National Covenant' (hati ya maagano), kushirikiana katika vita kule Uingereza. Siku za mamlaka ya Cromwell katika Uingereza, Wascot walifuata sharti za Wapresbyterian katika 'Westminster Confession', na kutangua uaskofu wo wote.

Kisha, Cromwell alifuta 'General Assembly' katika Scotland. Mwaka 1660 Mfalme Charles II alipoanza kumiliki, Kanisa la Scotland lilikuwa na maaskofu tena, na utawala wa 'Presbyteries' (makundi ya wahudumu) pia. Yamkini Kanisa lingaliendelea hivi hata leo, ila mfalme mwengine, James II, aliuzuliwa mwaka 1688, na maaskofu walikataa kumtii King William mahali pake Parliament ya Ufalme wa Mwungamo ilitoa sheria Kanisa la Scotland liwe Kipresbyterian, na maaskofu na makasisi 500 wakaondolewa. Wao walioondolewa waliitwa "Episcopalian' (maana yake neno hili 'Episcopal' ni 'Kiaskofu'), wakapungua sana katika mateso, hasa kwa sababu ya kuasi kwa ajili ya mwana wa James II, awe mfalme, lakini uasi, wao ulikuwa bure. Lakini wapo leo, 'Episcopal Church in Scotland', yaani Waanglikana wa nchi ile. Waanglikana wa Amerika walipewa askofu wao wa kwanza kutoka Kanisa lile la Scotland, pia washika jina hili la 'Episcopal' na Kitabu cha Sala kilicho cha kufanana na kile cha Scotland cha 1637.

Kisha, 'Kanisa la Scotland' tangu mwaka 1690 ni Kipresbyterian; lina uhusiano na serikali bali halikuwekwa chini ya utawala wa serikali kwa neno lo lote tangu mwaka 1921.

20

Marejezo ya Kuihubiri Injili Walivyotokea Methodists, Baptists na Congregationalists

Evangelical Revival, au Marejezo ya Kuihubiri Injili

MWISHO wa karne ya kumi na nane, mambo ya Kanisa la Kiingereza yalikuwa yamerudi nyuma sana sana. Uvivu na kutojitahidi kwa kazi zao, wa hao maaskofu na mapadre ulikuwa umefikilia upeo wa uvivu, hata siku hizi zetu ni vigumu kuamini jinsi ulivyokuwa. Wengine katika maaskofu hawakufikilia katika uaskofu wao kabisa; wakapokea mshahara wao bure, 'wasifanye kazi yo-yote. Makasisi wengine walipewa amri za kazi za uchunga (parishes) kama sita saba; hao wenyewe wakakaa kwa mbali, wakapokea mshahara wa uchunga hizo, ila hawakufikilia uchunga zao hata kidogo ili wafanye kazi humo. Kushukuru kulikuwa kama mara moja kwa mwezi, nako kulifanywa na kasisi mdogo, aliyeajiriwa kwa kazi ya siku hiyo tu, akipewa bakshishi na huyo mwenye uchunga asiyekaa karibu. Hiyo dini ya Kanisa la Kiingereza, kweli lilikuwa limekwisha kusafika katika mafunzo ya ki-Rumi, ila lilikuwa limeingia, kwa mambo ya ki-rohoni, zaidi na zaidi katika uvivu na usingizi. Wala si mapadre tu waliokuwa hivi, ila wenyeji nao walikuwa hawana bidii kwa upande wa Mungu kabisa. Kwa ungi wao walijitenga katika Kanisa, maana, walifika kushukuru mwaka mara mbili-tatu tu.

Methodists. John Wesley alizaliwa June 17, mwaka 1703. Babaye alikuwa kasisi wa Kanisa la Kiingereza; hata babu vake pia. Wesley mwenyewe aliwekwa awe kasisi. Mwaka 1726, alipokuwako Oxford, yeye na rafiki mmoja, aitwaye George Whitfield, walifanya shirika pamoja na watu wachache tena, wapata kama 16 hesabu yao, wakajitenga kabisa katika mambo ya ulevi, na ubaya wa siku hizo, wakajiweka kumwabudu Mungu kwa usafi wa moyo. Wakachekwa sana na wenziwao, wakiitwa 'Kundi la Watakatifu', ila wao wakaendelea kuitakasa miendo yao. Baadaye Wesley na Whitfield waliachana, kwa sababu Whitfield alitaka kushika zaidi hayo mafunzo magumu ya Calvin, na Wesley hakuona vyema kwa mafunzo hayo. Wote wawili lakini wakaendelea kuwahubiri watu kwa ushujaa, ili kuwaamsha katika huo usingizi wa moyo waliokuwa nao.

Tangu mwaka 1739, hata alipokufa mwaka 1791, huyo Wesley akasafiri-safiri kote-kote katika nchi za England na Scotland, akipanda farasi. Imehesabiwa kwamba alisafiri zaidi ya maili 5,000 kila mwaka, huku akihubiri mara 15 au zaidi kila juma. Pengine alihubiri mara tano au zaidi kwa siku moja. Watu wakamwendea maelfu-elfu ili kumsikiza. Hapo kwanza walikuwako watu waliofanya dhihaka, na kumtilia matata, wakimtupia mawe, wakadhalika; lakini, baadaye watu wakaenada majeshi-majeshi ili kumsikiza.

Kisha, maaskofu wengi walimkataza Wesley asipewe ruhusa kuhubiri ndani ya makanisa; na tena, walikataa kuwapa wafuasi wake daraja kanisani, maana, walijaribu kumzuia katika kazi hizo alizozifanya. Kwa sababu hii Wesley alianziza jamii ya wenye kuhubiri, wasiopewa daraja kanisani, akawapeleka huku na huku kuhubiri. Tena, kwa vile alivyokatazwa, asipewe ruhusa kuhubiri makanisani, baadaye wafuasi wake walianza kufanya ibada yao katika nyumba zisizokuwa makanisa. Halafu walijijengea makanisa mapya basi kwa hivi walianza kuhesabiwa kuwa ni watu walio nje ya Kanisa la Kiingereza. Na jambo hilo likatokea, si kwa mapenzi yao wenyewe, wala kwa ukaidi wao, ila ni kwa ajili ya ukaidi wa wale mapadre, ambao kwamba waliwafukuza makanisani. Mwisho, kwa sababu kulikuwa na haja sana huko America, Wesley alimtuma kasisi mmoja aende huko ili kuwasaidia wafuasi wake waliokuwa wakihubiri huko. Tena alimpa kasisi huyo ruhusa kuwatia watu mikono na kuwapa daraja za ukasisi kanisani, kama alivyowaona kuwa na haja nazo. Kwa kufanya hivi, Wesley alihesabiwa kuwa ni mtu aliyewadharau maaskofu, akatajwa pamoja na wale 'Dissenters' waliokuwa wamejitenga katika Kanisa la Kiingereza, kwa walivyokataa kutawaliwa na maaskofu. Lakini, si Wesley mwenyewe aliyetaka kujitenga katika Kanisa la Kiingereza.

Baadaye hao wafuasi wa Wesley walianza kuitwa 'Methodists', kwa vile walivyojaribu kuzifuata hizo 'methods' (au desturi). John Wesley alikufa katika uzee wake, umri wake ulipopata kama miaka 88. Yeye mwenyewe hakujitenga na Kanisa la Kiingereza, wala kuliacha. Katika mwaka 1791, mwaka huo aliokufa, Wesley aliandika maneno haya, akasema, 'Mimi nimeishi, nami nafa, ni katika Kanisa la Kiingereza; kisha, hapana mtu atakaye kulishika shauri langu atakayejitenga na Kanisa hilo.' Lakini, kwa vile wakubwa wa Kanisa la Kiingereza walivyomkataa yeye na wafuasi wake, kukawa na kutengana na Kanisa kwa wengi waliopenda kumfuata. Hata huyo Whitfield naye alikuwa vile vile ni mtu wa Kanisa la Kiingereza hata siku ya kufa kwake, wala hakujitenga nalo.

Basi, mambo hayo yalienea sana katika nchi ya Uingereza. Dini hiyo ya kirohoni, ambaye ilikuwa kama yafa, ikafufuka tena ikawa nzima. Watu wa Kanisa la Kiingereza waliowafuata kina Wesley na Whitfield, walikuwa ni wengi sana. Katika hao lakini walikuwa watu wa namna mbili:

(*a*) Kwanza walikuwako wengine miongoni mwao ambao kwamba walimfuata katika mambo hayo yote ya kuliamsha Kanisa katika mambo ya kirohoni, wajapokuwa walikataa kumfuata katika kitendo hicho cha kuwapa watu daraja za Utumishi Kanisani; kwa sababu waliona kwamba jambo hilo litaharibu amri na kawaida za Kanisa, na kuwaondolea heshima maaskofu. Watu hao walikaza kuzishika amri za Kanisa la Kiingereza, pamoja na kushikamana na Wesley katika kulichochea Kanisa kwa kuihubiri Injili kwa nguvu mpya. Jamii ya Wakristo hawa, maana, hao walioshika kukaa ndani ya Kanisa la Kiingereza, na kufanya ibada yao kwa bidii hizo mpya zilizoletwa na Wesley; tangu wakati huo waliitwa 'Evangelicals' wa Kanisa la Kiingereza. Maana yake neno hili 'Evangelical' na kama kusema 'Mwenye kuishika Injili na kuitangaza'.

(*b*) Kwa upande wa pili, lakini walikuwako watu wengi waliomfuata Wesley hata upeo; kwa maana walishikamana na yeye hata katika jambo hilo la kuwapa watu daraja katika kanisa, wasitiwe mikono na maaskofu. Hao basi, baada ya kufa kwake Wesley, walijitenga katika Kanisa la Kiingereza kwa ajili ya jambo hilo, wakiona ya kwamba hawana haja tena na maaskofu. Watu hao tangu hapo wakaitwa 'Methodists'.

Mambo hayo yalileta uhai mpya kanisani. Na katika mambo mengine-mengine yaliyotokea halisi katika kule kufufuka kwake Ukristo, wakati huo, yalikuwa kubuniwa kwake 'London Missionary Society' (1795), na 'Church Missionary Society' (1799), na 'British and Foreign Bible Society' (1804). Kisha, bidii hiyo iliyotokea ya kuitangaza Injili kwa watu wa nchi mbali-mbali, ilianzisha na jambo hilo la kuwatetea watumwa wapewe uhuru. Ndio mwanzo wa uhuru wa Injili kutangazwa kwa bidii ulimwenguni mote.

Baptists. Tumekwisha kusoma hapo nyuma habari za 'Friends', na 'Presbyterians' na 'Methodists', jinsi walivyotoka katika Kanisa la Kiingereza, na kujitenga nalo. Pamoja na watu hao kulikuwa na watu wengi tena waliotoka mara kwa mara kwa sababu nyinginenyingine. Haiwezekani sasa kuleta habari za hao wote waliojitenga hivi, kwa maana ni wengi, ila inatupasa kuwataja hao walioitwa 'Baptists'.

Kundi hili lilianzishwa tangu mwaka 1609, pale Holland, ambapo John Smyth alikataa ubatizo wa watoto wachanga. Sababu yake ya kuukataa ubatizo hivi ni kwa ajili ya kuonyesha ya kuwa hakuna neema katika ubatizo au Sakramenti yo yote, lakini ni mfano tu, wa kutangaza ya kuwa mtu mmoja anamshuhudia Kristo. Kwa hiyo, watu wazima tu wabatizwa kwao, nao kuchovywa chini ya maji. Wapo Baptists wengi katika Amerika.

Congregationalists. Kisha inatupasa kutaja lile kundi la watu wanaoitwa 'Congregationalists'. Hao ni watu wanaofundisha ya kwamba kila mkutano wa Wakristo washikamanao na kukutana kwa ibada, huitwa 'Kanisa'; vile vile kama alivyowataja Paulo wale waliokuwamo katika nyumba ya Akula na Prisila kuwa ni 'Kanisa' (1 Wakor. 16 : 19). Nao wanaona ya kwamba kila 'Kanisa', lijapokuwa ni kundi dogo la watu, linaweza kumchagua yule 'minister' wake atakayeliongoza katika ibada; kisha linaweza kujitawala katika ada za ibada, kama waonavyo vyema hao watu wenyewe. Kwani wameona kwamba wamepewa amri hiyo ya kujitawala kwa nguvu na uongozi wa Roho Mtakatifu anayekaa ndani ya Kanisa lake. Basi hawana haja ya maaskofu.

Yule ambaye ameitwa wa kwanza wa "Congregationalists" ni R. Browne aliyeandika kitabu fulani mwaka 1582. Wafuasi wake wakazidi chini ya utalawa wa Oliver Cromwell katika Uingereza, bali kutolewa nje ya Kanisa la Uingereza mwaka 1662. Zamani zile, walikuwa wakiitwa "Independents" pia.

21
Mambo yaliyotendwa na John Newman
Mwanzo wake 'Anglo-Catholic' na 'Evangelical'
Mambo yaliyotokea siku hizi zetu
Mwisho

The Oxford Movement

MAANA, ni kitendo kilichoanza kutendwa katika mji wa Oxford, 1833-1845. Sehemu kubwa ya Kanisa la Kiingereza haikuguswa na mambo hayo waliyoyafanya kina Wesley na Whitfield. Basi, tangu siku hizo mlikuwa na sehemu mbili ndani ya Kanisa la Uingereza, pamoja na wengi waliopo katikati, na sehemu zile mbili ni "Evangelical" na wafuasi wa "Oxford Movement".

Zamani zile Waingereza wengi, hasa wanasiasa fulani, walitumaini kuishika mali ya Kanisa kwa ajili ya kazi ya Serikali, kwa kuwa machoni pao Kanisa halina maana. Asili ya mawazo yao ni mwenendo wa mapadre wengi waliopewa mishahara bila kutenda kazi lo lote, na wengine wenye mishahara ya mitaa miwili bila kukaa mahali pa uchungaji wao. Walakini, wakuu wa Kanisa na wakuu wa Serikali walijaribu kujitengeza hali ya Kanisa kwa sheria za Serikali, tena wakapunguza mshahara wa waliojitajirisha bure, na wakakataza makasisi wasipewe mshahara wa mitaa miwili. Kazi hii imeshikwa na Askofu C. J. Blomfield wa London, pamoja wa wengine; Blomfield alikuwa "Evangelical". Lakini amri hizi zilitengeneza kwa nje tu, hazikupata kulifufua Kanisa, wala kuuondoa huo ugonjwa wake wa ndani.

John Newman (1801-1890). Kasisi mmoja aliyeitwa John Newman alipoona uovu huo na uvivu, alitaka kuuondoa. Yeye mwenyewe lakini hakuwapenda wale Evangelicals, kwa maana, aliona ya kwamba kazi hizo za kina Wesley zimeliharibu Kanisa la Kiingereza, kwa kuligawanya katika sehemu mbili. Yeye aliona tena kwamba hao Dissenters wote waliokuwa wamejitenga katika Kanisa la Kiingereza wamekosa sana, na kujipoteza. Basi, John Newman alianza kuhubiri-hubiri kwa nguvu sana, akawavuta kwake watu wengi waliokuwa wamechoka katika huo uvivu wa siku zile, akawafundisha ya kwamba asili ya nguvu ya Kanisa si Serikali, walivyofikiri wengi wa siku zile, bali ni Kristo mwenyewe aliyewapa Mitume wake uwezo wa kutosha kwa kazi ya Kristo, pia maaskofu wakapokea uwezo huo kwa mikono ya Mitume. Mwaka 1833 Newman alianza kuyaandika maandiko yaliyoitwa 'Tracts', Maana yake neno hili 'Tract' likifasiriwa ni kama kusema Hati, au Nyaraka. Tokea mwaka 1833 mpaka mwaka 1841, 'tracts' 90 ziliandikwa na Newman na wenziwe, zikapigwa chapa na kuenezwa kote-kote.

Katika 'Tracts' hizo walifundisha ya kwamba ingefaa Kanisa la Uingereza likaze tena Sakramenti, desturi ya kufunga (saumu), Ufulizo wa Kitume, Kuwako kwa Kristo katika Ushirika Utakatifu, Kuzaliwa mara ya pili katika Ubatizo, na kadhalika. Viongozi vya 'Oxford Movement' walikuwa John Keble, E. B. Pusey, na John Newman; ndiye Keble aliyeanzisha 'Oxford Movement' kwa hotuba ya kukataa ya kuwa ni haki Serikali ifute diosisi ye yote ya Kanisa, walivyokwisha kufanya katika Ireland.

Walakini, Newman na wenzake wachache walikata tamaa kwa sababu mafundisho yao yamekatazwa na maaskofu wa siku zile. Kwa hiyo, Newman akaondoka Kanisa la Uingereza mwaka 1845 awe mfuasi wa Kanisa la Kirumi. Keble na Pusey, na wengine, wakaendelea katika kazi yao hata kubadilisha hali ya Kanisa. Kidogo kidogo desturi za Kanisa Katholiko, kama mavazi ya rangi mbalimbali kwa mapadre, kuwa na Ushirika Utakatifu kila Jumapili, na heshima katika ibada, zimeenezwa na 'Oxford Movement'. Wafuasi wao waliitwa kwanza 'Tractarians', kwa sababu ya zile 'Tracts'. Halafu, wakaitwa 'High Church' (maana, wanafikiri ya kuwa Kanisa lina maana ya 'juu'). Baadhi yao wakaitwa 'Anglo-Catholic', kwa sababu ya kushika Ukatholiko katika Kanisa Anglikana.

Lakini, ingawa Kanisa la Uingereza limegawanyika katika sehemu mbili, 'Evangelical' na 'Catholic', sehemu hizo mbili hazikutengana, kwa maana zote mbili zimo ndani ya Kanisa la Uingereza, kisha zote hushikamana katika amri nyingi za kawaida za Kanisa hilo. Pia, Waanglikana wengi hawana uhusiano na chama cho chote cha Kanisa, lakini wapo katikati.

Katika Afrika, matokeo ya 'Oxford Movement' ni chama cha 'Universities' Mission to Central Africa', (U.M.C.A.), kilichoanzishwa mwaka 1857; mwaka 1965 chama cha U.M.C.A. kimeunganishwa na chama kingine kiwe 'U.S.P.G.'.

Neno hilo la 'Anglikana' lina maana hii, 'ya Kiingereza', lakini kwa lugha ya Kilatini. Limetumiwa kwa Makanisa yaliyotokea Kanisa la Uingereza duniani mwote, hasa kwa Makanisa ambayo yajitawala bila kuwa chini ya mamlaka ya Waingereza. Hata leo 'Evangelicals' na 'Catholics' hawapatani katika mambo mengi, walakini wasaidiana kwa mashauri mengine na kueleana kupita wazee wao wa karne iliyopita.

Mambo Yaliyotokea Siku Hizi Zetu

Matengezo ya Kitabu cha Sala.

Siku zile zote, Kanisa la Uingereza likishika "Kitabu cha Sala" kilichotengenezwa mwaka 1662, lakini kimebadilika kidogo kidogo mikononi mwa mapadre bila ruhusa, hasa mapadre wa 'Anglo-Catholic', lakini hakuna mhudumu po pote ambaye akitumia Kitabu kile cha 1662 bila mabadiliko madogo. Pia, Makanisa Anglikana nje ya Uingereza yalitengeneza Kitabu walivyopenda, kwa amri ya 'Synod'. Lakini uhusiano wa Kanisa la Uingereza na Serikali umekuwa zuio. Katika 'Church Assembly' (Baraza au Synod) Waanglikana wa Uingereza walikubaliana na Matengenezo ya Kitabu cha Sala na kuomba ruhusa ya Parliament, mwaka 1927. Walakini, wajumbe katika Parliament walikataa. Mwaka 1928 wao wa Kanisa wakatengeneza Kitabu mara ya pili, wajumbe wa Parliament wakakataa mara ya pili.

Baada ya miaka michache, imekuwa dhahiri kwamba Kitabu kile (cha 1927) hakikuwapendeza Waanglikana wa Uingereza; leo kimesahauliwa kabisa. Lakini Wakristo wengi walikuwa wakifadhaika kuona amri za "Church Assembly" kufutwa kwa neno la Serikali, na kufikiria uhusiano kati ya Kanisa na Serikali, kuwa wa faida au sivyo.

Kanisa la South India. Mwaka wa 1919 kulikuwa na mkutano katika mji wa Tranquebar, India, Wahindi 31 wakikutana na Wazungu wawili, ili wafikiri jinsi watakavyoweza kuleta umoja kati ya Makanisa ya Kristo yaliyoko India. Baada ya kukutana hivyo mara kwa mara, neno hilo likaletwa lifikiriwe na Wasemi wa Makanisa matatu, yaani, (i) Kanisa la Anglican, lenye wafuasi wapata kama 500,000 jumla yao, katika Diocese tano; (ii) Kanisa la Methodist, lenye wafuasi kama 250,000; na (iii) South India United Church

(Presbyterian na Congregationalist) lenye wafuasi kama 250,000. Wasemi hao waliona ya kwamba wakiweza kushirikiana kwa umoja, mapatano hayo yatakuwa na uvuto wa nguvu, nao utavuta Wahindi wengi ambao kwamba hawawezi kufahamu sababu za asili zilizoleta matengano kati ya Madhehebu na Makanisa ya Ulaya.

Baada ya kushauriana sana, Mkutano huo wa Wasemi ulipeleka habari kwa Wakuu wa Makanisa yao, ya kwamba wataka kushirikiana pamoja katika 'Kanisa la South India', ili kwamba wawe Kanisa la Kristo lililowekwa kwa desturi na kawaida ziwafaazo Wahindi, pasipokuwa na magawanyikano. Katika mapatano hayo walikubali mambo haya saba :

(1) Misingi ya Imani ni Maandiko Matakatifu; Imani za Mitume na Nikea; Sakramenti; na Utumishi wa Kanisa.

(2) Kila Kanisa liendelee kwa muda katika Utumishi wake wa Kanisani kama ulivyo sasa.

(3) Kanisa la South India liwe na Uaskofu. Pamoja na hayo, kila Kanisa liwe na ruhusa kujitawala katika mambo ya ibada yao, huku wakitii amri za Synod, na Diocesan Council, na Maaskofu, katika mambo yaliyo makuu.

(4) Makanisa yaendelee kama wawezavyo katika kushirikiana na Makanisa mengine ya nje, kama lilivyofanya kila Kanisa tangu hapo.

(5) Mapatano hayo ya Umoja yatakapokwisha kukubaliwa, tangu siku hiyo mtu yeyote atakayewekwa kwa Utumishi Kanisani atatiwa mikono na Askofu.

(6) Kutakuwa na nafasi ya miaka 30 iliyowekwa ili kwamba mambo hayo yote yaangaliwe. Muda wa miaka hiyo hapana budi kutakuwa na tofauti za Utumishi, maana, wengine watakuwa wamewekewa mikono na Maaskofu, wengine sivyo.

(7) Muda wa miaka hiyo 30, hayo Makanisa, na watu wake wasitawaliwe kwa nguvu za sheria, bali kwa mapenzi na kuvumiliana.

Maneno hayo yote yalifikiriwa na Wakuu wa Kanisa la Kiingereza, katika Mkutano wa Lambeth Conference wa 1930, nao wakanena kwamba ni heri mapatano hayo yaendelee kutengezwa. Pia walisema ya kwamba hilo Kanisa la South India likiisha kubuniwa, halitakuwa ni Kanisa la Anglican, ila litakuwa ni Province ya Kanisa la Kikristo. Pamoja na hayo, Maaskofu wake, na Mapadre wake waliowekewa mikono na Maaskofu, watakubaliwa kutumika katika Utumishi wa Makanisa ya Anglican. Mambo haya yaliendelea kufikiriwa, na mwisho kulikuwa na mkutano mkubwa uliokutana katika Cathedral ya Madras, September 27, 1947, nayo mapatano hayo yalisahihishwa. Basi sasa mapatano hayo ya umoja yataangaliwa kwa muda wa miaka 30, nazo Diocese zile nne, za Madras, na Travancore-Cochin, na Tinevelly na Dornakal, sizo tena diocese za Anglican Church, bali ni katika Province ya Kanisa la South India. Tuombe kwamba ziwe na baraka katika mapatano hayo, waliyoyafanya Wakristo hawa kwa ajili ya Mwili wa Kristo.

Oecumenical Movement, yaani, kitendo kilichotendeka siku hizi ili kuvuta Makanisa ya Kikristo ulimwenguni mote, wawe na ushuhuda wa umoja, na kutenda kazi kwa nia moja kwa utukufu wa Mungu, na kwa kuusimamisha Ufalme wake.

Mwaka wa 1910 kulikuwa na Mkutano katika mji wa Edinburgh, nchi ya Scotland, ambao waliitiwa Wasemi wa Missionary Society zote za ki-Protestant, ili waifikiri hiyo haja ya kutenda kazi kwa umoja, na kutoa ushuhuda kwa mapatano ulimwenguni. Wengi wakakubali huku kualikwa, ila wachache walikataa, basi Mkutano huo ulikuwa wa maana sana, kisha mkuu. Huo ndio wa kwanza katika mikutano kadhawakadha iliyofuata baadaye, yaani, katika mji wa Geneva 1920, Lausanne 1927, Jerusalemu 1928, Tambaran 1938, Amsterdam 1939. Katika mikutano hiyo Wasemi walihudhurika kutoka Makanisa yote yaliyo makuu ya ki-Protestant na Orthodox ulimwenguni; isipokuwa makanisa ya ki-Rumi hayakupeleka Wasemi.

Kwa kazi iliyofanyika katika mikutano hiyo, Baraza kuu lilibuniwa, lililoitwa jina, lake 'World Council of Churches', yaani, Baraza la Makanisa ya ulimwenguni mwote. Katika Baraza hilo hukusanyika Wasemi wapata kama 450 jumla yao, ambao kwamba hupelekwa na Makanisa kama 110, yaani, karibu na makanisa yote ya Anglican, pamoja na Kanisa la Greece, na makanisa 4 ya Orthodox Church, na Kanisa la 'Old Catholics', na Makanisa ya America yasiyo ya ki-Rumi; maana, ni Makanisa yote ya ki-Protestant ulimwenguni, isipokuwa machache tu. Mkutano wa kwanza wa World Council of Churches ulikutanika katika mji wa Amsterdam, nchi ya Holland, September, 1948, wa pili Amerika 1954, wa tatu New Delhi 1961.

Kazi zifanywazo na Baraza hiyo ni hizi zifuatazo :

(1) Kukiwa na haja, huyasaidia Makanisa watende kazi fulani kwa umoja.

(2) Kusaidia Makanisa katika mtaala, yaani, katika masomo na maarifa yoyote.

(3) Kueneza kwa kila njia Umoja, na Mapatano ya Makanisa, ulimwenguni mote.

(4) Kukutanisha Mikutano, au hilo Baraza kuu, kukiwa na shida yoyote, ama mashauri maalum yakitakwa.

Katika kufanya kazi yake, lakini, hilo Baraza haina amri, wala nguvu za kutawala, ila ni kusaidia kwa mapenzi, na kwa kushauriana. Hapana budi tuna haja sana ya mapatano, na kusaidiana hivyo, lakini na tumwombe Mungu kwamba tusipatane kwa mambo ya nje-nje tu, bali tupewe huo Umoja wa ndani, wa ki-rohoni, aliouombea Bwana wetu. Tena, tangu Baraza Kuu ya pili ya Vatican, 1962-1965, Warumi walianza kujitahidi kwa ajili ya umoja na Wakristo wengine.

Mwisho

Hivi tumesoma habari za Kanisa, ambalo kwamba Bwana Yesu Kristo alikuja kulikomboa na kuliita litoke katika mambo ya ulimwengu; tena ni hilo ambalo kwamba Yeye Mwenyewe aliliombea hivi, 'Wapate kuwa kitu kimoja, kama ambavyo sisi tu kitu kimoja' (Yohana 17 : 22). Kanisa hilo limegawanyikana katika sehemu mbali mbali, na katika madhehebu mengi. Jambo hili linakuwa ni kizuizi cha kuuzuia Ukristo usienee ulimwenguni, kisha ni jambo ambalo lawafanya hao watu wa ulimwengu wa nje kulitukana Jina la Kristo. Basi, inatupasa kuomba kwamba Wakristo wapatane, wawe 'kitu kimoja'. Pamoja na hayo, ikiwa hatupatani kwa mambo mengine, na tuwe kitu kimoja katika mambo yaliyo bora, nayo ndiyo mambo yale ya ndani, ya moyoni. Na tukumbuke jinsi Bwana wetu anavyongoja, kama ilivyoandikwa, 'Tangu hapo akingoja hata adui zake wawekwe wawe chini ya miguu yake' (Waeb. 10 : 13). Kisha, na tuwe na bidii kutaka ufalme wake uenee; wala tusiyakaze hayo ambayo yanatutenga sisi na Wakristo ndugu zetu. Kisha, sisi tulio watu wa Afrika, natulenge neno hili, la kufanya kazi kwa bidii, na kumwomba Mungu, kwamba lisimamishwe, na kuwekwa imara, KANISA LA AFRIKA. Kanisa letu na liwe Kanisa la watu wa taifa zote, na wa kabila zote wanaokaa katika nchi yetu. Na tena, liwe Kanisa ambalo, katika wakubwa wake wote, na katika sala zake, na katika kawaida zake, na katika matumaini yake yote, ni lenye kumtukuza Mwokozi wetu, na kuwafaa watu wetu wa Afrika.

Tusikaze kila mtu kuweka kanisa ambalo litakuwa ni kanisa la madhehebu yake yeye mwenyewe tu, lenye kawaida zizo hizo alizozizoea, la! Kwa maana, jambo ambalo Mwenyezi Mungu ana haja nalo, katika nchi hii ya Afrika, ni Kanisa litakalokuwa ni fungu kweli la Kanisa la Kristo, aliyekufa ili kuliokoa Kanisa lake, akaliita kuwa ni Bibi-arusi wake.

Printed by
Printing and Packaging Corporation Limited,
P.O. Box 2294, Nkrumah Road, Mombasa.